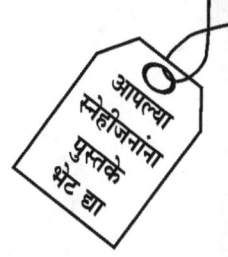

# आदिताल

आनंद यादव

मेहता पब्लिशिंग हाऊस

✆ +91 020-24476924 / 24460313

Email : info@mehtapublishinghouse.com
production@mehtapublishinghouse.com
sales@mehtapublishinghouse.com

Website : www.mehtapublishinghouse.com

- *या पुस्तकातील लेखकाची मते, घटना, वर्णने ही त्या लेखकाची असून त्याच्याशी प्रकाशक सहमत असतीलच असे नाही.*

**AADITAL** by ANAND YADAV

**आदिताल : आनंद यादव** / कथासंग्रह

© स्वाती आनंद यादव
भूमी, ५ कलानगर, धनकवडी, पुणे-सातारा रोड, पुणे ४३.

प्रकाशक : सुनील अनिल मेहता, मेहता पब्लिशिंग हाऊस,
१९४१, सदाशिव पेठ, माडीवाले कॉलनी, पुणे - ४११०३०.

अक्षरजुळणी : मेहता पब्लिशिंग हाऊस, पुणे

मुखपृष्ठ : चंद्रमोहन कुलकर्णी

प्रकाशनकाल : प्रथमावृत्ती : १९८० / द्वितीयावृत्ती : सप्टेंबर, १९९३
तृतीयावृत्ती : जुलै, २००७ / पुनर्मुद्रण : ऑक्टोबर, २०१५

10 Digit ISBN 8171612865

13 Digit ISBN 9788171612864

ISBN for E-Book 9788184987270

सौ. *विजया राजाध्यक्ष*
*आणि*
श्री. मं. वि. *राजाध्यक्ष*
*यांना...*

## आदितालाचे गाणे

दादा, दादा, विहीर बघ
विहिरीत पाणी बघ
पाणी किती पाताळ–खोल!
खोलामधे आभाळ गोल.
आभाळात ढग बघ
ढगामधे रंग बघ.
रंग म्हणजे तूच बरं
आई म्हणते हेच खरं.
तुझ्यामधे नवा मीच
तालाचीही लय तीच
कुर्‍ र्‍ र्‍ कुर्‍ र्‍ र्‍ काना,
कुरकूर रे मंत्र कुर्‍र्‍र्‍र्‍ मना.

# अनोख्या कथांचा 'आदिताल'

प्रस्तुत संग्रहातील कथा ह्या चाकोरीबाहेरच्या आणि अनोख्या स्वरूपाच्या आहेत. निर्मिती-प्रक्रियेत गुंतलेल्या साहित्यिकाच्या तरल आणि गूढ मनोविश्वाचा वेध घेणाऱ्या त्या आहेत. त्यांचा आशय, विषय, अभिव्यक्ती, भाषिक आवेग आणि आविष्कार व मांडणी या बाबी त्यामुळे अनोख्या स्वरूपाच्या झालेल्या आहेत.

प्रत्यक्षात कथालेखन करण्यापूर्वी लेखनेच्छेने भारला गेलेला निर्माता साहित्यिक झपाटल्यासारखा झालेला असतो. त्याची लेखन-प्रवृत्ती प्रतिभाप्रेरित झालेली असते. त्याच्या या भारलेपणातच त्याचे कथालेखन पूर्ण होत असते. त्यामुळे त्याला निर्मितीचा आनंद मिळतो.

निर्मितीचा हा आनंद भौतिक जीवनातून मिळणाऱ्या सुखानंदापेक्षा वेगळा असतो. भौतिक जीवनातून मिळणारी पंचेंद्रियेनिष्ठ सुखे ही रूप, रस, नाद, स्पर्श आणि गंध यांच्याशी निगडित आणि तात्कालिक स्वरूपाची असतात. पण साहित्य निर्मितीचा सुखानंद मात्र भौतिक सुखांच्या पलीकडचा, आत्मिक स्वरूपाचा असतो. तो भौतिक जीवनातील भोगवादी भोक्त्याचा नसतो. प्रतिभा निर्मिती करणाऱ्या निर्मात्यांचा असतो. त्यावेळी स्वत:बाहेरच्या भौतिक जगाशी त्याचा तसा संबंध नसतो. त्याचा संबंध अंतर्निष्ठ, स्वनिर्मित, आत्मनिष्ठ, गूढ अशा प्रतिभा विश्वाशी असतो. त्या विश्वात त्याने निर्माण केलेल्या प्रतिसृष्टीशी असतो.

ही सृष्टी स्वत: त्या साहित्यिकाने आपल्या अंत:करणात निर्माण केलेली असते. त्या सृष्टीची प्रतिबिंबे लेखनोत्तर काळात शब्दरूपात त्या साहित्यिकाच्या साहित्यकृतीत उमटलेली असतात. म्हणून तर साहित्यिकाला शब्दसृष्टीचा ईश्वर किंवा निर्माता मानले जाते.

साहित्यिकाच्या या अंतर्विश्वात अनेक घडामोडी आणि उलथापालथी होत असतात. मुक्त नवनव्या रचना जशा होत असतात, तशा अनेक रचना अपूर्ण रूपात सोडूनही दिलेल्या असतात. त्या तशाच पडून राहिलेल्या असतात.

या प्रतिभा रचनांसाठी साहित्यिकाने प्रत्यक्षातील म्हणजे वास्तव जीवनातील अनेक विषय, व्यक्ती, घटना-प्रसंग, परिसर इत्यादी बाबी आपल्या मनोविश्वातील

नवनिर्मितीसाठी मूलद्रव्याच्या (रॉ मटेरिअलच्या) स्वरूपात स्वीकारलेल्या असतात. ...प्रत्यक्षातील दगडविटांचा ढीग म्हणजे जसे राजवाडा, मंदिर किंवा ताजमहाल नव्हे; तसेच साहित्यिकाचे मूलद्रव्य म्हणजे त्याची नवनिर्मिती नसते. हे पुरतेपणी लक्षात ठेवले पाहिजे. साहित्यिकाच्या मनात निर्मितीसाठी विविध प्रेरणा कार्यरत असतात. त्या त्या प्रेरणांनुसार त्याने स्वीकारलेल्या मूलद्रव्याला नवा 'आकार' (किंवा आकृतिबंध) आणि नवा प्राण दिलेला असतो... अशा रीतीने साहित्यिकाचे मनोविश्व हे स्वयंप्रज्ञ, स्वयंप्रेरित, स्वयंजीवी आणि स्वयंसिद्ध असते.

प्रस्तुत संग्रहात साहित्यिकाच्या या मनोविश्वालाच अनेक परींनी कथारूप देण्याचा मी प्रयत्न केला आहे. साहित्यिकाच्या या मनोविश्वातच ज्या निर्मितीपूर्व पण निर्मिती-संबद्ध घडामोडी, आंदोलने, भावतरंग, उलटसुलट प्रेरणा-प्रवृत्ती चालू असतात, त्यांनाच मी माझ्या कथांचे विषय म्हणून स्वीकारलेले आहे. त्यामुळे या संग्रहातील अनेक कथा ह्या चाकोरीबाहेरच्या आणि आगळ्या-वेगळ्या झालेल्या आहेत, असे दिसून येईल. त्यामुळे रसिक-वाचकांनी त्या काळजीपूर्वक वाचण्याची आणि जाणीवपूर्वक समजून घेण्याची नितांत गरज आहे. उदाहरणार्थ, प्रत्यक्षातील एका व्यक्तीच्या जीवनाचा विचार करताना 'अनवाणी' ही कथा लेखकाला सुचली. ती त्याने आपल्या प्रतिभाप्रेरणेनुसार लिहिली. 'अनवाणी' हे तिला शीर्षक देऊन ती प्रसिद्धीसाठी एका मासिकाकडे पाठविली. यथाकाळ ती मासिकात प्रसिद्ध होऊन आली. चाळीस-पन्नास दिवसांचा काळ मधे लोटलेला होता. दरम्यान लेखक त्या कथेच्या भारलेपणातून मुक्त झालेला होता. जीवनातील इतर व्यवहार-उद्योगाकडे थंड मनाने वळलेला होता. अशा वेळी ती कथा प्रसिद्ध होऊन आली आणि त्याच्या हातात पडली.

ती नीट छापली आहे की नाही, हे तपासण्यासाठी त्याने ती रात्री थंड मनाने पुन्हा वाचली आणि विचार करत करत तो झोपी गेला.

झोपेत त्याच्या तरल मनात त्या कथेतील नायकाविषयी विचित्र उलथापालथी सुरू झाल्या. त्यानी तो हैराण झाला. सकाळी उठून त्या स्वप्नातील घटनांवरच तो विचार करू लागला. त्यातूनच त्याला 'विश्वासघात' ही दुसरी कथा सुचली आणि त्याने तीही लिहून काढली.

प्रस्तुत संग्रहात त्या दोन्हीही कथा आहेत. 'अनवाणी' आणि 'विश्वासघात' यांचा पूर्वोत्तर संबंध आहे. हा संबंध लक्षात घेऊन त्या वाचल्या तर सुजाण वाचकाच्या लक्षात येईल की, साहित्यिकाच्या मनोविश्वात किती गुंतागुंतीच्या घडामोडी चाललेल्या असतात. प्रस्तुत कथासंग्रहात साहित्यिकाच्या सर्जनशील मानसिकतेशी संबंधित असलेल्या अशा दहा-अकरा तरी कथा आहेत.

त्यांत अनेक अनोखे विषय वाचकास अनुभवण्यास मिळतील. साहित्यिकाच्या

मनोविश्वाचे अनेक पैलू त्या कथांतून उलगडलेले दिसतील. प्रतिभावंत साहित्यिकाचे अंतर्मनोविश्व कसे गूढ आहे, कसे आवेगशील आहे, याचा त्याच्याशीच कसा संवाद आणि संघर्ष चाललेला असतो, त्यामुळे त्याच्या विश्वाची भाषा कशी भावूक आणि अनोखी गूढ वाटू लागते, हे मनोविश्व एका बाजूने अतिमुक्त वाटत असले, तरी त्या त्या विशिष्ट निर्मितीची विशिष्ट बंधने त्याच्यावर कशी पडलेली असतात, याचा पडताळा वाचकाला येईल आणि तोही या कथाविश्वाच्या अंतरंगात मुक्त संचार करील, अशी अपेक्षा आहे.

**डॉ. आनंद यादव**

# कथानुक्रम

# विश्वासघात

**सि**द्दूवर मी एक चांगली कथा लिहिली तरी तो अजून माझ्यातून उठून जात नाही. धरणं धरून मनाच्या वळचणीला बसून आहे. हलत नाही. मध्यरात्री मी कधी माझ्या लेखनातून बाहेर पडतो. मनाभोवती रेंगाळणाऱ्या आसपासची चाहूल घेतो. तर सिद्दू तिथं जवळच उभा असतो. कधी कादंबरीचा, चिंतनाचा दीर्घ प्रवास संपतो. लांब-लांब गेलेला मी पुन्हा थकून भागून परत येतो. कोणत्याही वेळी मी या प्रवासाहून परतलो तरी सिद्दूची एक धूसर आकृती मला वळचणीला दिसतेच. ती माझ्याकडे रोखून बघत असते. दावा धरलेल्या सर्पासारखे त्याचे डोळे लालसर भासत असतात. त्याचा माझ्यावर खोल राग आहे... मी कुठंही असलो तरी तो माझा पाठलाग करतो. मी हे नसतं संकट माझ्यावर ओढवून घेतलं आहे. त्याचा माझ्यामागं लागलेला पिच्छा कसा बंद करायचा कळेनासं झालं आहे.

ती कथा लिहिण्यापूर्वी, तो सांज झाली की आमच्या घरासमोर बाबूच्या वळचणीला येऊन बसत होता. तिथं थोडी बसण्याजोगी पैस होती. तिथं तो सावकारानं ठेवलेल्या पठाणाप्रमाणं माझ्या घराकडं बघत बसे. कुठल्या जन्मी मी त्याचं काय देणं लागत होतो न कळे. त्याचं त्यालाही अज्ञात असलेलं देणं मला द्यायचं होतं. दातात काड्या घालण्याची त्याची सवय. त्या काडीनं तो नकळत मला टोकरू लागला. रोजगाराचं काम नसलं की त्याचा इथं मुक्काम ठरलेला. दिवसभर त्याचं एकलकोंडं घर त्याच्या तोंडाला कुलूप घालून ठेवी. सारणीच्या घाण पाण्याची ओल आत येणाऱ्या त्या घरात तो एकटाच. घराला ओल्या अंधाराचा एक

कुबट वास होता. सिद्दूच्या अंगाला, मनालाही तो येई. उंदीर, घुशी लागलेल्या पांढऱ्या मातीच्या या ओसाड घराला दिवसभर सिद्दू आपल्यासारखाच वाटे. म्हणून तो सांज करून बाबूच्या वळचणीला येऊन बकाबका बिडी ओढत बसे. जाणाऱ्या येणाऱ्या अनेक माणसांबरोबर घुशीसारखं बोलणं उकरून काढी. विशेषत: सांजचं मुलाला काखेत घेऊन दुकानला जाणाऱ्या बायकांशी, वैरणीचे भारे घेऊन जाणाऱ्या, वयात आलेल्या पोरींशी बोलताना त्याच्या तोंडाला चव येई.

"काय ग सगे, केवढ्याला देणार भारा?"

"का? तू घेणार हाईस?"

"म्हणून तर इचारलं. किती पैशाला देणार बोल."

"काय बोल? तुझ्या घरात म्हस का फस? का तू वैरण खायला शिकलाईस?"

"आरं, हिच्या भणं. तुला नसती चौकशी काय करायची? भाऱ्यासंग तुलाबी इकत घेणार हाय; आता बोल."

"एऽउळाका, गप बस की तिथं वळचणीला."

भारा उडवत सगी पुढं जाई. तो खुदूखुदू हासे. त्याच्या या असल्या बोलण्यानं काही तरी करीत असणाऱ्या माझ्या मनाला अचानक ठसका लागे. तो पोखरत पोखरत हळूहळू माझ्या मनात येऊ लागला.

मी त्याच्या बसण्याकडं, कापडाकडं, बिडी ओढण्याकडं, बोलण्याकडं अधिकच कान देऊ लागलो. त्याची सावधपणे चाहूल घेऊ लागलो. मूल काखेत घेतलेल्या एखाद्या बाईला तो मधेच थांबवून तिचा नवरा घरात आहे का म्हणून लोचट चौकशी करी. मुलानं तोंडात धरलेल्या ओल्या दुधाळ नि मोठ्या स्तनाकडं तोंडात पाणी आणून बघे. स्तनावरच्या हिरव्या शिरांचं जाळं लाळ गाळत मोजे. गरोदर बाईला "कितवा म्हैना?" म्हणून चौकशी करी. "पॉट किती ग मोठं आलंय हे? दोन हाईत वाटतं?" असं विचारून पोटावर मनातल्या मनात केसाळ काळे आसक्त हात फिरवी. आपल्या खाकी चड्डीच्या खिशात हात घाली नि चाळा करत वासना चिवडीत बसे... हळू हळू तो बाहेर वळचणीला नसतानाही मला तिथं दिसू लागला. मग मी ती वळचणच माझ्या मनात आणून ठेवली. तिच्यावर बारीक नजर ठेवून राहिलो.

...मला वाटू लागलं ह्याच्यावर आपणाला काही लिहिता येईल. याच्या वासनांचं गटार तुंबलं आहे. आतल्या आत जिरून जिरून त्या ओल्या घाण पाण्यानं याचं मन कुबट झालंय.

माझ्या प्रसवोत्सुक मनात त्याची बीजं पडू लागली. तो मला आकृष्ट करून घेऊ लागला. माझ्या भूमीत त्याचं बीज मी सांभाळू लागलो. चिंतनानं त्याच्या आसपास जाऊन ते वाढवू लागलो.

आपल्या लग्नासाठी त्यानं खूप धडपड केली होती. पण त्याच्या अंगाला हळदच लागायला तयार नाही. ना आई, ना बा. दोन्हीही निघून गेलेली. तो एकटाच मागं. रोजगारीतनं दिवसभर राबायचं नि त्याच पैशाचं रातचं आणून खायचं. याला कोण आपली मुलगी देणार? रोजगारी बापालाही वाटत असतं आपली मुलगी चांगल्या जागी पडावी...तो तारुण्यात येऊ लागला. आतल्या आत गंड वाढत राहिला नि तसाच विकार थोपवून धरत शरीर दाटरत गेलं. त्याला विकार कसा आवरावा कळत नव्हतं. त्याच्या चाळ्यातून, बसण्याबोलण्यातून, बकाबका पाहणाऱ्या डोळ्यांतून त्याला न जुमानता तो बाहेर पडे. विकृतीकडं त्याचं वागणं झुकत चाललं होतं... पाणी जास्त जास्त तुंबत होतं. सगळ्या अंगभर चढत होतं. जिरवून टाकणं अशक्य होतं... काळं काळं पाणी. प्रत्येक प्राण्यातून वाहत राहिलंच पाहिजे. नाही वाहू दिलं तर तो आदिबाबा वाट्टेल ते करून बाहेर पडण्याचा मार्ग काढून देतो... याच्या अंगभर हे तुंबत राहिलं तर हा एक दिवस साखळी लावलेल्या प्राण्यासारखा बिथरेल. बिथरलेल्या दिवशी एखाद्या मादीवर झडप घालील नि हपापलेपणानं पाण्याला वाट करून देईल... पण तो झडप घालणार कसा? वाघ, सिंह, बोका असता तर हे शक्य असतं. माजलेला खोंड माळामाळानं गाई हुंगत हिंडतो नि माजावर आलेल्या गाईही खोंड हुडकत सैरावैरा धावतात. त्यांच्या धारणा-काळात दोन्ही मुक्तपणे जुगतात. लिंगसमाधी लावतात नि काही काळापुरते मोकळे होतात... या साखळ्यांचं एक लोखंडी जाळं असतं. न तुटणारं. त्यानंच अनेक युगं कष्टून कष्टून कोळ्यागत बांधलेलं नि त्यातच त्याचं स्वत:चं भक्ष्य होऊन पडलेलं. तो मेला तरी आता त्याला ते सुटणार नाही... मडकं, तिरडी, पिंड यांच्या खुंट्यांवरही ते अडकवलंय. या गाई-बैलांसारखेच माणसांचे कळप असते तर बरं झालं असतं. स्वातंत्र्य म्हणजे काय ते कळलं तरी असतं. निसर्गाची वळणदार सनातन नागवी पायवाट तुडवता तरी आली असती. भूक लागेल तेव्हा भोगायचं. कोणतीही भूक असो. भूक म्हणजे भूक; उपासमार नाही.

...सिद्दूची हीच तर अडचण आहे. तिच्यात तो कुचंबत आहे. वळचणीला वासनेचा भिकारी होऊन बसला आहे. पण कोणतीही मादी भीक घालत नाही. तीही समाज आहे; कळप नाही... इथं या वळचणीला शेवटपर्यंत भीक मिळणार नाही.

...नाही मिळाली तर असाच तो त्या बिथरलेल्या दिवशी वाट काढील नि एखाद्या भगवंतीवर तुटून पडेल नि अंगाखाली तिची दामटी करून टाकील. माणूस म्हणून जगायला मग गावच्या पिंजऱ्यात येईल.

...सिद्दू, तुझा तो पिसाळलेपणाचा दिवस जवळ येत चालला आहे. तुझ्यातला हिंस्र आज उद्याच बिथरेल. या कुबट भुयारात तुला मोकळी हवा मिळणार नाही. तू गावापासनं दूर असलेल्या माळावर जा. तिथं तुला कुणीतरी भेटेल. नाहीतर असं

कर, एखादा दुबळा स्त्री-जीव हर प्रयत्न करून माळावर आण. त्या माळावर तुझा तू जो काही आहेस तो असशील. कर तुझ्यातल्या पशूला तृप्त. अरे, अशा माणसातल्या पशूला अधून मधून पिंड द्यावा लागतो. तर तो गप बसतो. माणूस मोकळा होतो जगायला...

सिद्दू आता माझ्या मनातून दिवसदिवस हलेनासा झाला. गुहेतल्या सिंहासारखा भक्ष्याची वाट पाहत फेऱ्या मारू लागला... याला कोणती मादी दिली पाहिजे? गल्लीतल्या गल्लीतच मिळाली तर बरं होईल. याचे कुणाकुणाशी या गल्लीत संबंध आहेत?... तपास घेतला पाहिजे.

... गल्लीत तिकटीवर एका घरात नुसत्या दोन माद्याच राहात होत्या. आई आणि लेक. शिरमा आणि कल्ला. कल्लीचा नवरा तिला नांदवत नव्हता. तिनं तिकडं जाऊन आपले गुण उधळले होते. सारखी माहेराला पळून येत होती. इकडची चटक लागलेली होती. तिची आई रांडमुंड. नर नसलेली मादी. तरुण, देखणी, आडव्या हाडांची नि काळसर गुलाबी रंगाची. त्या घरात गावातली रंगेल माणसं येत जात होती. दोघी माद्या अनेकांच्या शेतावर कामं करायला जात होत्या. कामं भरपूर मिळत. भाजीपाला, जळण-काटूक, सुगीचं धान्य, गूळ-मिरची मिळे. त्यांची वर्षभर चैन चाले... सिद्दू तिथं कधी कधी जात होता. गैबीच्या हौदाचं पाणी आणून देत होता. कधी गिरणीतनं दळून आणून देत होता. चटणी कांडू लागायचा. पण कोरडा चहा नि सुके चिरमुरे खाऊन उपाशीच परतायचा... भूक कुणीच भागवत नव्हतं.

मला बरं सूत्र मिळालं. एक धागा हाताशी आला.

एक दिवस कामाला सांगण्याच्या निमित्तानं मी त्याच्या घरातून फिरून आलो. बाईचा हात नसलेलं घर. एक सुना सुना काळोख. कुणाची तरी दीर्घकाळ प्रतीक्षा करीत तिष्ठणारा...वाकळा, पटकारं, घोंगडी, कापडं यांच्या कोळिष्टकासारख्या लोंबत्या आधांतरी चिंध्या...

सिद्दू ज्या घराच्या वळचणीला बसत होता ते बाबूचं घर सारवून स्वच्छ. सकाळचा स्वच्छ प्रकाश आत घेणारं. बाबूला तीनचार लेकीच. चारींचीही लग्नं होऊन चौघी चार गावी गेलेल्या. बाबूच्या नशिबाचा व्यापार चुकत नव्हता. बाजारात बसून तो जोंधळ्या-तांदळाची विक्री करी. सिद्दूचं बालपण या घरासमोरच्या गल्लीत गेलं... बालपणापासून सिद्दू बाबूसमोर, त्याच्या घरासमोर नागडा नाचतोय. पण या व्यापारी वृत्तीच्या बाबूला तो काही दिसला नाही. चार मुलींपैकी एखादी मुलगी जरी दिली असती तरी या ढोर- सिद्दूला घरजावई करून घेता आलं असतं. आयता राबायला हल्या मिळाला असता. एक लेकही घरात राहिली असती नि ह्या म्हाताऱ्याला सुखाचे दिवस आले असते.

गावात हा काळा सिद्दू मिळतील ती कामं ढोरागत करीत होता. उत्साहानं

अनेक गावगोष्टीत भाग घेत होता. आपलं मन काहीतरी करून गावभर भटकत राहणाऱ्या उपाशी कुत्र्यासारखं त्याच गावात रमवत होता. स्वस्तात लोकांची कामं करून देत होता. आपण उपाशीच. स्वत: सगळ्यांचे संसार सजवायला मदत करतो, पण याच्या संसाराचा कुणीच विचार करत नाही. या गावात त्याला एक बायको मिळणं अशक्य नव्हतं. पण या गावच्या गावढ्यांनी त्याला बायको करून द्यावी असा कधी विचारच केला नाही. आपली, आपल्या मुलामुलींची इतर अनेकांबरोबर लग्नं करण्यात रमले. हाही त्यांच्या लग्नाचा मांडव नुसत्या अन्नावारी राबून मोठ्या उत्साहानं घालतो. नवरानवरीच्या वरातीपुढे नाचतो. जणू काय आता ती बया ह्यालाच मिळणार आहे. लेजीम खेळतो आणि थकून भागून येऊन एकटाच आंथरुणात, आपली आपल्यालाच मिठी मारून पडतो... त्याची शोकांतिका माझ्या मनात अधिक गडद गडद होत गेली.

या बाबज्याचीच एक मुलगी याच्या वासनेला बळी दिली तर?... देऊच. आणि त्याचा व्यापारी हिशोब चुकवू. त्याचं घर उचलून सिद्दूच्या घरासमोर नेऊ. म्हणजे याला त्याच्या पोरीवर डोळा ठेवता येईल... बकुळे, तुला मी लहानपणापासून ओळखतो. तुझी माझी जुनी मैत्री...पण आता मी म्हणजे सिद्दू आणि तू म्हणजे सावित्री.. आता हे ऽ सिद्दू, आणि हे ऽ सावित्री, तुम्ही लहानपणापासून खेळा. एकमेकांवर जीव जडवा. तरी सावित्री म्हणजे बकुळे, तुझं लग्न तुझ्या खऱ्याखुऱ्या नवऱ्याबरोबरच लागणार...सिद्दू, तुझी वासना अनावरच होत राहू दे. मग तू पशू हो. तो बिथरलेला दिवस तुझ्या आयुष्यात मी उगवून देतो. त्या दिवशी तू तिचा सूड घे. झालं नक्की?

"नक्की." सिद्दू.

"विचार पक्का?"

"पक्का."

मी पडल्या पडल्या उशीवर थाप मारली. कथा मनात आकाराला आल्यागत वाटली नि माझी चिंतनाची तंद्री संपली.

सकाळी उठून नेहमीच्या कामाला लागलो. दिवसभराची नोकरी केली. कामे झाली.

रात्री मी कथा लिहायला बसलो. रात्रीचं वातावरण कथारंभी घ्यावंसं वाटलं... वासना रात्री विशेष भडकतात. सिद्दूचं नाव बदलून त्याला सदू करून रात्री बाहेर काढला. गल्लीतल्या एका लग्नाच्या मांडवात वरातीसाठी नेला. वरातीपुढे रात्रभर लेजीम खेळवत ठेवला, नाचवला... एका माणसाची गाठ दुसऱ्या माणसाशी पडताना सदू नाचतो... नाचू दे. त्याशिवाय त्याच्या वासना भडकणार नाहीत. रात्री एकांतात चांगलाच चेतवला पाहिजे...

उत्तररात्री एकटाच घरी आणला... मनात लग्नाचा विचार. त्या दोन माद्यांचं घर तिकटीवर आणून ठेवलं होतं. त्यांच्या बंद दारापाशी त्याला क्षणभर उभा केला नि चाहूल घ्यायला लावली. आत थंडगार. त्याला क्षणभर मोह झाला की दार उघडून आत जावं नि दोघींचा भोग घ्यावा... पण दाराला आतून कडी गच्च लागलेली. त्यानं दोन शिव्या हासडल्या नि तो घराकडं वळला. नवऱ्यानं सोडून दिलेल्या त्या उसट्या पोरीबरोबर तरी आपलं लग्न व्हावं या अपेक्षेनं त्यानं या घरातली अनेक कामं केली. पण लग्नाचा विचारच कुणी काढला नाही... तो चिडत गेला. घराच्या बोळात घुसला.

घरात आंथरुण टाकलं नि ढासळलेल्या उंच खांबागत एकटाच आंथरुणावर पडला... मनात ते नुकतंच लग्न झालेलं जोडपं आता या वेळी अंधारात कशी पहिली मजा करत असेल याचा कल्पनाविलास. अधिकच चेतवत नेला. रात्र अशीच त्याला जिथल्या तिथं भोवऱ्यागत घुमवणारी.

पहाटे उठून पाणी आणायला चालला तर आपल्या तिकटीच्या दारातल्या दगडावर शिरमा अगदी थिट्या जुनेरावर आंघोळ करत बसलेली. तिची ती अर्धविवस्त्र अवस्था, कधी न उघडे होणारे गुलाबी मांसल अवयव बघून त्याची वासना भडकली... तो आणखी चेतावला. पिसाळलेलं श्वापद होत चालला.

पाणी घेऊन आल्यावर समोरच्या घरातील कथेत अगदीच जख्ख म्हातारा केलेला आणि नावही बदलून टाकलेला बाबू त्याच्यासमोर आला. त्याला बघून त्याच्या तळपायाची आग मस्तकाला गेली... याच थेरड्यानं खास आपली हुणारी बाईल दुसऱ्याला देऊन टाकली... ती आपलीच बायकू हुणार हुती... डिवचलेल्या सर्पासारखा तो त्याच्याकडं बघत बसला. त्याचा दमा जास्तच वाढलेला. खोकून खोकून नरड्याचा फुटका डबा झालेला. त्याला पाहायला त्याची म्हातारी बायको. देखभाल करायला दुसरं कोणी नाही... आपण नाटक करायचं. त्येला पान्हा फोडायचा. शेवंला म्हणून चार दीस सावित्रीला जाऊन घेऊन येतो म्हणून सांगायचं. वाटंवरच एखादा वडा-वघळ गाठून तिचा भोग घ्यायचा. तिचं लगीन झालंय. मला भोग दिला तरी तिचं काय कळून येणार न्हाई. मला ती न्हाईबी म्हणणार न्हाई. आम्ही लहानपणी जिवाला जीव देऊन खेळलोय. तिच्यावर माझाच पैला हक्क... आणि याउप्पर न्हाई म्हटली, तर आपूण लोळवायची. कुणाला सांगणार हाय? आणि सांगणारच म्हणाली तर तिथल्या तिथं ठेचून मारतो म्हणून दम द्यायचा. प्रसंग पडला तर ठारच मारायची. मग फुडं काय हुईल ते हुईल. नाव बदलून कुठं तरी परमुलखाला जायचं. तिथंच ऱ्हायचं. कुणाला कळणार हाय?... त्याच्या वासनेचं जंगल भडकत चाललं.

योजना करून सावित्रीच्या गावी चालला. आठनऊ मैल चालला. आता

सावित्रीचं गाव. तीन चार मैल वाट माळावरची. माळच माळ. कुत्रंसुद्धा वाटेवर नाही. ओघळी, वताडं बेवारशागत तापत पडलेली आडवाट. कुणाचा कुणी जीव घेतला, अब्रू घेतली तरी ओळखू येणार नाही अशा जागा. त्यानं एक जागा हेरली नि वेगात गावाकडं चालला.

चौकशी करून सावित्रीचं घर हुडकून काढलं. चहाचा पाहुणचार घेतला.

"कुणीकडं आला हुतास, सदूदा?"

"तुझ्याकडंच आलोय. म्हाताऱ्याला दमा जास्त झालाय. हातरुणातच पडून हाय. नुसती हाडं उरल्यात. तुला बघावंसं वाटतंय. म्हणाला, "आत्ताच्या आत्ता लेकीला घेऊन या." म्हणून आलोय." त्याच्या चेहऱ्यावरनं घामाच्या धारा गळू लागल्या.

"अगं ऽ बाई!" तिच्या काळजात एकदम कळा सळसळल्या. तिनं डोळ्याला पदर लावला. अंगावर विटकं जुनेर. गुडघ्याच्याही वर आलेलं. काळं मिचकूट झालेलं. दंडावर चोळी फाटलेली. अंगाला सैल सैल होणारी. तिच्यातनं लोंबकळणाऱ्या स्तनांच्या दोन पिशव्या वरचेवर बाहेर येतेल्या. पुन:पुन्हा ती आत सारत होती. पण हात हलला की त्या हळूच बाहेर यायच्या. पाय मळीनं भरलेलं. टाचांना भेगा पडलेल्या... तो तिच्या शिळ्या झालेल्या रूपाकडं बघत होता आणि बोलत होता. तिचा केविलवाणा, दाढी वाढलेला नवराही त्यानं पाहिला. एक थोबाडात खच्चून दिली असती तर तो मेला असता.

सगळी रीतसर चौकशी झाली नि ती आपल्या दोन लहानग्या पोरांना घेऊन त्याच्याबरोबर अनवाणीच चालली. पायात चपला नव्हत्याच.

माळरानाची वाट. एका पोराला तिनं घेतलं नि दुसरी चार वर्षांची पोरगी तशीच उन्हातनं अनवाणी पाय भाजत तिच्या मागोमाग चालली. तिच्या दोन्ही पोरांना तिला एकदम घेता येईना. मग त्यानं त्यातल्या एका पोराला घेतलं. दोघे वाट चालू लागले. सावित्री आपल्या दशादशा झालेल्या संसाराची कहाणी त्याला 'सदूदा, सदूदा,' म्हणून सांगू लागली. त्याला हूं हूं म्हणावं लागत होतं. वरनं ऊन चुन्यासारखं ओतत होतं. खांद्यावर घेतलेल्या पोरीचं अर्ध्या तासात पडवळ झालं नि ती त्याच्या खांद्यावरच विश्वासानं झोपली. तिच्या काखेतलं पोरही ऊन चपाचपा लागून कधीच झोपलं होतं. तिचे पाय पापडासारखे होरपळत होते पण बाबाच्या आठवणीनं तिच्या डोळ्याचं पाणी खळत नव्हतं. माहेराच्या ओढीनं चटाचटा पावलं उचलत होती. करुणेची पुतळी होऊन मोठ्या विश्वासानं, त्याचे अनंत उपकार मानत त्याच्या मागोमाग धावत होती. दु:ख, दुर्दैव, सासुरवास, हालअपेष्टा, उपासमार यांनी भरलेली कहाणी चालूच होती. त्याला होकार भरावा लागत होता.

ओताड आलं नि आपसुख निघून गेलं. तो मुलीला खांद्यावर घेऊन एखाद्या

वत्सल मुराळ्यासारखा सासुरवाशीण लेक बापाला भेटवून पुण्य पदरात पाडायला निघाला होता. मधेच त्यानं कणवेनं आपलं पायताण तिला घालायला दिलं होतं नि आपण अनवाणी झाला होता.

काही तरी पुरं झाल्यासारखं वाटलं नि कथा इथंच संपली. ती मी संपवली.

प्रसिद्ध होऊन आल्यावर मी ती वाचायला घेतली नि वाचन संपल्यावर चकित झालो. सिद्दू कुठं निघाला होता नि कोणच्या गावाला येऊन पोचला.

... असं का झालं?

कथेच्या शेवटी अनवाणी निघालेला सिद्दू सरळ माझ्या मनात येऊन पुन्हा बसला... अतिशय चिडला होता. आल्या आल्या मी त्याला म्हणालो, ''माझा विश्वासघात केलास. तुला मी सावित्रीच्या गावाकडं नेलं होतं कशासाठी नि तू हा नेभळटपणा केलास!''

तो संतापानं फुटला. माझ्याविषयीचा मान-आदर सर्व काही बाजूला ठेवून एकेरी वर आला. '' असं म्हणताना तुला लाज वाटली पाहिजे. खरा इस्वासघात केलास तू आणि वर मलाच बोलतोस? सावित्रीच्या गावाला मला न्हेलंस एका कामासाठी नि भलतंच ओझं माझ्या खांद्यावर लादलंस.''

त्याच्या या बोलण्यानं मी चकित झालो. त्याला समजुतीनं सांगू लागलो. ''मी ते लादलं नाही. ओताड आल्याचं मी तुला सुचवलं पण तू काही हालचालच केली नाहीस. भलत्याच मूडमध्ये होतास... जाताना जागा चांगली हेरायला लावली होती.''

''वा ऽ रं डोसकं! सावित्रीच्या नाचार संसाराचं एवढं वर्णन माझ्या म्होरं कशाला केलंस? ती जरा बऱ्या घरातली सून दावली असती तर काय गेलं असतं?''

''मूर्ख आहेस. वाट्टेल ते बडबडू नको. ती बऱ्या घरातली सून दाखवली असती तर अंगापिंडानं चांगली राहिली असती. तरुण पोर. तशात शरीरानं चांगली दिसणारी असेल तर तिच्यावर फोंड्या माळावर एकटी गाठून कुणीही बलात्कार करू शकेल. त्याला तूच कशाला पाहिजे. आणि मग मी एवढ्यासाठी तुझ्यावर कशाला कथा लिहू? तसली कथा कुणीही लेखनकामाठीवाला लेखक लिहील.''

''एवढं हुतं तर मला कशाला झक मारायला त्या वाटंला न्हेलंस, माझ्या तोंडाला मधाचं बोट लावून?''

''मुद्दाम नेलं. तेवढ्या दारिद्र्यातही, तेवढ्या कारुण्यातही त्या शिळ्या झालेल्या स्त्रीवर तुझ्यासारखा तुंबलेल्या वासनांचा नरपशू बलात्कार करील असं वाटलं होतं.''

''तरीबी केला असता. पर तू मला वावच दिला न्हाईस. सारखं तिला रडवत

ठेवलंस. तिचं पोर माझ्या खांद्यावर दिलंस. त्या अनवाणी, दु:खाची काणी सांगणाऱ्या, लेकुरवाळ्या माऊलीवर मी बलात्कार करू? कसली बाई माझ्या म्होरं आणून ठिवलीस तू? मला वाटतंय, हे सगळं तुझं कारस्थान हुतं. कदाचित या गोष्टीला अचानक कलाटणी द्यायचंबी तुझ्या मनात असंल.''

त्याच्या या आरोपानं मी व्याकुळ झालो. ''असल्या सवंग कलाटण्यांच्या नादी मी कधीच लागलो नाही.''

''मुद्दाम न्हाई. सरावानं नकळत झालं असंल.''

''सरावानं होणं तर शक्यच नाही. असला सराव मी कधीच ठेवला नाही.''

''मग असं का केलंस?... मला तिच्या दु:खाला होकार भरत चालायला का लावलंस? म्हणून तर मला अचानक पलटी खायला येईना.''

''खुळ्या तिच्या दु:खाला होकार भरत गेला नसतास तर तिला तुझा विश्वास वाटला नसता... अचानक तू झडप घालून तिचा विश्वासघात करायला पाहिजे होतास. त्यातच तुझी आंधळी वासना प्रत्ययाला आली असती.''

''रग्गड झालं हे बोलणं आता. तुझ्या मनातच असं काय घडवून आणायचं न्हवतं. तुला माणुसकीचा इस्वासघात करायचा न्हवता. म्हणून तर मला तू माझ्या पायातलं पायताण काढून तिला द्यायला लावलंस...तूच तुझ्या मूळ स्वभावावर गेलास नि मला तसं वागायला लावलंस.''

विचार करण्यासारखं त्याचं बोलणं होतं. त्यामुळं मला काही बोलावंस वाटेना. अबोल होऊन मी मनात गेलो. तो तसाच मनाच्या दारात तिष्ठत उभा राहिला.

...हळूच मी खोल खोल फिरून मनात डोकावत बसलो. आत सगळा अंधार. काहीच पत्ता लागेना. माझ्या मनानं असं का केलं असावं काहीच कळेना.

आज कथा लिहून खूप दिवस झाले तरी सिद्दू अजून दारातच आहे. ''माझं काय? माझं काय?'' म्हणून तो जाता येता मला प्रश्न विचारतो. मला त्याला उत्तरच देता येत नाही. त्याला मी माझ्या मनात घ्यायलाच नको होतं, असं आता वाटतंय. आता त्याला हकलूनही काढता येत नाही. त्याच्यावर घोर अन्याय झालाय. मला हा पाहुणा झेपणार नाही हे कळलं असतं तर मी त्याला घरातच घेतला नसता.

त्यानं माझा विश्वासघात केलाय, का मी त्याचा विश्वासघात केलाय? मला अजून नीट काहीच कळत नाही. त्या विशिष्ट स्वभावाच्या कथेनंच तर आम्हा दोघांचा विश्वासघात केला नसेल? तेही काही कळत नाही. हतबुद्धपणे मी अजूनही शोध घेतोच आहे...

◆

# आकार

**...दि**नानं बरोबर केलं नाही. मुलगी उंच निवडली आहे. मला हे पसंत नाही. तरी मी त्याच्या लग्नाला आलो आहे. कर्तव्य. थोरला भाऊ शिकलेला, नोकरीदार. मग प्रत्येक कार्याला हजर असलंच पाहिजे. घराची प्रतिष्ठा.

सगळ्यांना दादाचा आधार. काही जरी झालं तरी दादा करील सारं व्यवस्थित. करायचं त्यांनी नि निस्तरायचं दादानं...नको वाटतं. मन उदास होतं. तरी हजर असावं लागतं. हे सगळं टाळता येत नाही. अटळपणानं या घरात खेचला जातो मी. आई वडील माझेच. माझीच भावंडं. माझंच घर.

...हे घर आपणाला घडवायचं आहे. आई-वडील अडाणी, दरिद्री, जुनाट मताचे राहिलेत. त्यांच्या या वृत्तीमुळं घराची सारी जबाबदारी मलाच पत्करावी लागते. निदान भावंडांना तरी आपण घडवू. त्यांना शिक्षण देऊ. त्यांच्यावर चांगले संस्कार करू. खरं बोलण्याचं, पोटासाठी चोऱ्या न करण्याचं, कसंही न जगण्याचं वळण लावू. बहिणींची लग्नं व्यवस्थित करून देऊ. आतापर्यंत पैसा नव्हता म्हणून थोरल्या दोन बहिणींच्या नशिबी कसले-बसले मजूर नवरे आले. दिनाचं काहीच शिक्षण झालं नाही. पार अडाणी राहिला...त्याच्यावर आता उपाय नाही. इथून पुढं तरी त्यांना नि बाकीच्यांना व्यवस्थित मनासारखं घडवलं पाहिजे...मनात या घराचं एक स्वप्न आहे ते प्रत्यक्षात आणायचं आहे. जीव ओतून त्याला सुंदर आकार द्यायचा आहे. म्हणून मी या लग्नाला आलो आहे. ओढला गेलो आहे.

तटस्थपणे सगळीकडं वावरत आहे. कोणतीही गोष्ट पाहण्यात काही अर्थ

वाटत नाही...

पण एक गंमतीची गोष्ट या लग्नघरात आली आहे. तिच्याविषयी उत्सुकता आहे. बायाक्का नावाची मुलगी...मुलगी का मुलगा? मुलगीच ती. तिला मुलगा कसं म्हणायचं?... आईला मी कथा लिहितो आहे, हे माहीत आहे. म्हणून तिनं मला ही गमतीची गोष्ट सांगितली आहे.

"लग्नाचं वऱ्हाड घेऊन बायाक्का नावाची एक पोरगी आलीया."

"बरं."

"बरं न्हवं. सगळा पेराव पोराचा केलेला. बापयांची सगळी कामं करती. गाडी मारती, नांगूर धरती, कुळवती, मोटासुदीक मारती. बापयासारखी वझी उचलती."

"पर बापयांची कामं येत्यात का तिला?"

"दन्नाटा! बापयाला मागं सारंल अशी कामं वडती."

"आगं, मग बापयच असंल."

"ते कुठलं? माप उरावर दोन्ही बाजूला दोन तांबे ठेवल्यागत दिसती. कपाळावर गोंदण हाय. आवाज बारीक."

"डुईवर केसं हाईत का न्हाईत?"

"केसंबिसं काय न्हाईत. पाक बापयागत डुई केलेली. बापयांतच उठती-बसती. चंची सोडून पान खाती. बिडीबी वडती."

"बरी हाय की मग गोष्ट लिवायला—"

"म्हणून तर तुला सांगितलं. थांब...लगीन होऊ दे. तुझी-तिची गाठ घालून देती—"

आईनं तिच्याबद्दल बाकीचं बरंच सांगितलं आहे. तिच्या आईवडिलांना पाच मुलीच. त्यांतली ही शेवटची. त्यांनी मुलगा नाही म्हणून तिलाच मुलगा मानलं. मुलाचा पोशाख लहानपणी घातला. तिचे केस कमी केले. ती मोठी होत जाईल तसं तिच्या आई-वडिलांना वाटलं, मुलगा म्हणून जन्मावी. निदान त्यांनी तिला बाहेरचा आकार मुलाचा दिला आहे... तेवढंच त्यांच्या हातात.

तिला निदान लग्नात पाहावं. तिचा आवाज ऐकावा. पुरुषाच्या पोषाखातला तिच्या स्त्रीत्वाचा घाट पाहावा ही उत्सुकता. पण ती ओळखूही येत नाही. पुरुषाचा पोशाख. तशात डोक्यावरही केस नाहीत. निदान छातीवरून तरी...पण आई म्हणते ती आत गच्च जाकीट घालते. सगळीच अडचण.

...तरीही कुणी बायाक्का म्हणून कुणाला हाक मारतं का? कुणी त्या हाकेला ओ देतं का? कुणी पुरुषी पोषाखातून बायकी आवाजात बोलतं का, याची कान तीव्र करून वाट पाहतो आहे. पण कुणीच दिसत नाही. बाकीचाच कालवा ऐकू येता आहे.

...वऱ्हाड-घरात तरी कसं जायचं? मी शिकला सवरलेला. सगळी माणसं

खेडवळ, अडाणी. यात माझा वेगळा पोशाख उठून दिसतेला. कळत न कळत सगळे संभावितपणामुळं माझ्यापासनं दूर राहणारे. मला वेगळाच ठेवून पाहणारे.

मी तसाच हिंडत असतो...हळदी लावण्यासाठी दिनाची बायको मांडवात आणतात. सहज डोळ्यासमोरून जाते. प्रथम उंची जाणवते. चेहरा किंचित दिसतो. हात-पाय स्पष्ट दिसतात. रंग अगदीच काळा. दिनानं ही बायको निवडली? केवळ कामाला धडधाकट आहे म्हणून? हे खरं नव्हं. सगळ्याच शेतकऱ्यांच्या तरुण पोरी धडधाकट असतात. दिनानं लग्नाची घाई केलीय. त्याला आणखी एखादं वर्ष राहू दे म्हणत होतो, पण ऐकलं नाही त्यानं. मिळवता असता तर मी याच वर्षी त्याचं लग्न केलं असतं. मुलगी बघण्यासाठी गावोगाव सुटीत भटकलो असतो. पण ऐकलं नाही त्यानं.

"बरोबरीच्या पोरांनी लग्नं केली. एकएकाला तीन तीन पोरं झाली. आईबाई, दादाला काय माझ्या लग्नाची काळजी न्हाई. आवंदा माझं मी लग्नाचं बघणार बघ. तूबी मदत केली पाहिजे. न्हाई केलीस तर मग मळा तुझा तू बघ. मी जातो कुठं तरी तोंड घेऊन. कुठं तरी राबीन नि लगीन करून घेईन." असं त्याचं बोलणं. एकदा असाच पळून गेला. साताठ दिवसांनी परत आला.

घाबरून जाऊन आईनं त्याच्या लग्नाला होकार दिला नि पाच-सात मैलांवरच्या खेड्यातली आलेली ही मुलगी त्यानं पहिल्या डावालाच पसंत केली. आईला होकार भरावा लागला.

नवरीला आंघोळ घालण्यासाठी बायकांची गर्दी मांडवात झाली. मांडवात उभं राहणं मला प्रशस्त वाटेना. मी घरात गेलो. परड्याकडनं सुंदरा हळूच आली.

"दादा, तुला बायाक्का बघायची हाय न्हवं?"

"व्हय; कुठं हाय?"

"परड्यात व्हराडाची गाडी सोडलीया. तिच्यात हाय बघ."

मी परड्यात गेलो. गाडी शेवग्याबुडी सुटलेली होती. सवारी बांधलेली. जुवाला बांधलेली बैलं वैरण खात होती.

जवळ गेलो. गाडीत बायाक्का खुशाल उताणी पडलेली.

"काय पाव्हणं?"

"रामराम!"

"रामराम! मांडवात गेला न्हाईसा वाटतं?"

"न्हाई गेलो त्येच्या आयला! बायकांची गडबड. काय करत्यात करूद्यात तिकडं... दिनाचं भाऊ न्हवं तुम्ही?"

"व्हय."

"कवा आलासा पुण्यासनं?"

"काल आलो...तुम्हाला कसं कळलं?"

"कळायला काय हो पाव्हणं. गूळ-भाताच्या वक्ताला सारखं तुमचं नाव निघत हुतं. लई शिकल्यालं हाईत, पुण्याला असत्यात, म्हणत हुतं."

मी काहीच बोललो नाही. तिच्या देहाकडं पाहात उभा राहिलो.

"पान खाता?"

"खाऊ या की...परड्यातनं छपरात तरी चला?" विनंती केली.

ती उठली. शेरडं बांधायच्या छपरात आम्ही गेलो. पान खात, पीक-पाण्याच्या गोष्टी करत बसलो. तिच्या बोलण्याचा सगळा बाज पुरुषी होता. आवाज बाईचा वाटे, पण तसा बारीक नव्हता. पण पुरुषीही नव्हता. पुरुषासारखीच वागत होती. छाती गच्च बांधलेली जाणवत होती. कपाळावर गोंदण्याची खूण स्पष्ट. मांजरपाट कुडतं. कमरेला खाकी चड्डी. गुढघ्याच्यावर चार चार बोटं मांड्या दिसत होत्या. त्यांचा आकार बायकी, किंचित फोफसा, पण खाली पाय, पायांचे तळवे दणकट. भेगा पडलेले, पुरुषी वाटत होते. तिचं बसणंही पुरुषीच. चुना द्यायला तिनं हात पुढं केला नि त्याच्यावर मला पुन्हा गोंदणं दिसलं. काकणंबिकणं काही नाहीत. डोक्याला काही नव्हतं. चक्क अल्पीन केली होती. चंची उरावरच्या खिशात घालून ती उठली. मीही उठलो.

...माझी उत्सुकता वाढली...खरंच हिच्यावर लिहिता येण्यासारखं आहे. ऐन तारुण्याच्या अवस्थेत आहे. हिला ऋतुप्राप्ती झालेली असणार. हिच्या स्त्रीत्वाच्या भावनाचं काय होत असेल?... आतल्या आत आपल्या भावना ही किती दिवस मारणार? सगळा पुरुषाचा आव आणते. पण हिचं स्त्री-शरीर कसं गप्प बसेल? शक्यच नाही. कुठंतरी ही नक्की फसेल. कुणाला तरी केव्हाना केव्हा एका दुबळ्याक्षणी जवळ करील...आणि?—आणि सगळं चमत्कारिक होईल. ह्या खाकी चड्डीतच तिचं पोट येईल. चांगलं भरपूर वाढेल. छाती वाढेल. अवघडेल...आणि चक्क गरोदर बाईसारखं तिला चालावं लागेल. वरवर पुरुषासारखी दिसणारी ही बायाक्का त्या अवस्थेत गमतीशीर दिसेल.

...तशी दिसेल; नाहीतर ती एखाद्या वेळेस बंडही करील. सगळा पुरुषी पोशाख फेकून देऊन ती प्रथमच चोळी घालील. पातळ नेसेल. केस वाढवील. चोळीच्या पहिल्या स्पर्शानं तिच्या शरीराला धन्यधन्य वाटेल...गुदमरलेल्या स्तनांना वाटेल की, आता आपण आपल्या प्रदेशात, मातृभूमीत आलो. आता दूध वाहील. कूस पिकेल. कोणतरी आपलं कौतुक करील, कुरवाळील. कच्च्या करवंदाचं चुंबन घेईल... चोखील. चव चाखील. फुलता येईल... तिचा तिला मूळ आकार मिळेल...

ती गाडीत चढली तरी मी तसाच उभा होतो. अंगात रक्त झपाट्यानं पळत होतं. सगळं पुरुषत्व बिथरून गेलं होतं. ती तशी सुंदर वगैरे नव्हती; चारजणींसारखी होती. तरी तिच्या पुरुषी पोशाखातील स्त्रीदेहाविषयी मला आकर्षण वाटू लागलं...

"दादा!" सुंदरानं हाक मारली.

मी भानावर आलो. "काय ते?"

"आई बलीवती."

"आलो." तिकडं नजर पुन्हा वळली... एक गहन रहस्य पोटात घेऊन गाडी गप झाल्यासारखी वाटली.

मी घरात गेलो. आईला खर्चासाठी पैसे हवे होते. दिले. कोंडीबाजवळ दहा रुपये दिले आणि त्याला काहीतरी आणण्यासाठी लावून दिले.

आपण मांडवात गेली. तिच्या मागोमाग मी रेंगाळत सहज डोकावलो. आंघोळी झाल्या होत्या. हळद लावली जात होती. नवरा-नवरी एकमेकांसमोर बसवले होते. मन उदास झाले. दिनाची गाठ आता या मुलीशी कायम बसली जाणार. त्याला आपलं कल्याण कशात आहे हेही कळलं नाही. इतका उजळ असताना काय म्हणून यानं ही बायको पत्करली? घराण्यात कोण काळ्या रंगाचं नव्हतं. एकापेक्षा एक उजळ. ठळक. उमदं... आता काळ्यांची पैदास होणार. सगळी पुढची प्रजा काळ्या मिचकुटलेल्या रूपांची. घराण्याचा नाही निदान आपला तरी विचार त्यानं करायचा. अडाणी गडी. शिक्षण नाही. मुलं झाल्यावर त्यांची लग्नं तरी कशी व्हायची? सगळी कुचंबत बसणार. काळी मुलगी म्हणून कोणी करून घेणार नाही. नि काळा मुलगा म्हणून कुणी गोरी मुलगी देणार नाही. म्हणजे पुन्हा सगळा प्रवाह काळ्या समुद्राकडं.

...त्याला याची काळजी कुठं आहे? सगळा भार दादावर... दादा काहीतरी करील. त्यानंच सगळी काळजी वाहायची... मी तरी किती काळजी वाहू? तसं म्हटलं तर मला हे घर जड नाही. हवंच आहे. समाजकार्य नाही; निदान कुटुंबकार्य तरी करून मला ऋणमुक्त व्हायचं आहे... एका शेतकऱ्याचं कुटुंब निदान घडवल्याचं मला समाधान हवं आहे. पण इथं ज्याला त्याला आपल्या मनाप्रमाणं, वासनांप्रमाणं जगायचं आहे. सगळ्या कुटुंबाचा विचका करून टाकायचा आहे. वाटत होतं या भावानं माझ्या सांगण्याप्रमाणं शेती करावी. पण केलीच नाही. कष्टाला दिलेला पैसा कशाबशात घालून मोकळा झाला. 'चोऱ्या करू नको' म्हणून सांगतो. पण कारण नसताना त्याला ही चटक लागली आहे. आई म्हणते; मांगवाड्यात जाऊन तो हातभट्टीची पिऊन येतो. मी फक्त ऐकतो. कधी सुटीवर गेलो तर बोलतो. पण बोलण्यापलीकडं काही करू शकत नाही.

...शेवटी कळून आलं की त्याला मनासारखा आकार देता येणं कठीण आहे. तो आपल्या प्रेरणेनंच घडणार. त्याच्या बायकोच्या बाबतीतही हेच खरं... माझी इच्छा असूनही तिचा रंग मला का गोरा करता येणार आहे?... वाईट एवढंच वाटतं की, आपल्या मनातल्या एका सुंदर विश्वाचा हळूहळू विध्वंस होत चालला आहे. हा असाच होणार... सगळं आपल्या प्रेरणांनी घडणार. आपलं आपल्याजवळच

राहायचं. असहायपणं पाहणं एवढंच आपल्या हातात.

...दिना, तू तुझ्या इच्छेला येईल तसं कर बाबा. तुझं तू पाहा आता तुझ्या जन्माचं.

सकाळी कोंडीबाला घेऊन बायाक्का आंघोळीला गेली. तरी कोंडीबानं तिला सुचवून बघितलं.

"घरात कर वाटलंच तर. पाणी रग्गड हाय."

"छल! घरात कोण करतंय आंघूळ? पवून आल्याबिगर अंगातला आळस जायाचा न्हाई... तुला पवाय येतंय न्हवं?"

"मला येतंय खरं पवायला..." पुढं तो काय बोलला कळलं नाही. आंघोळीची कापडं आणायला आत गेला.

...तिचं ते बोलणं ऐकून मला मात्र अचंबा वाटला. ही चांगलीच पुरुषाळलेली आहे. पोहायलाही हिला येतं. बापानं करायचं तेवढं सगळं केलेलं दिसतं. बाईला बापयाचा आकार. पण सगळं अशक्य. कधी तरी सारं कोलमडणार नि तिच्यातनं बाईच उगवणार...सुपारी पेरल्यावर नारळ कसा लागेल? विहिरीत कशी आंघोळ करती कुणास ठाऊक? बहुधा लंगोट घालेल; नाहीतर चड्डीवरच आंघोळ करील. पण छातीचं काय?...अंगावर जाकीट घालून आंघोळ करील असं वाटत नाही... मन शहारलं. पण बायका नाहीतरी उघड्यावर आंघोळ करतातच. तशीच ही विहिरीत पोहेल... पण लग्न झालेल्या बायका उघड्यावर आंघोळ करतात. ही अजून ज्वानीतली बिनलग्नाची पोर.

क्षणभर वाटलं त्यांच्याबरोबर आपणही आंघोळीला जावं. पण कोंडीबा बरोबर होता. लहान भावासमोर तसं वागणं बरं नव्हतं. मी कधी अलीकडं विहिरीला आंघोळीलाही गेलो नव्हतो... आता तसं जाणं बरं दिसणार नाही. आईलाही बरं वाटणार नाही.

पण मनातून तिचा विचार जाईना...ही गावाकडं अशीच पोरात जाऊन आंघोळ करत असेल. पोरांबरोबर विहिरीत पाठशिवणी खेळत असेल. पोरांनाही तिच्याबरोबर खेळण्यात आनंद मिळत असेल. तिलाही तो मिळत असणारच. यासाठी ती जास्तीत जास्त पोरांच्यामध्ये रमत असेल... एका बाजूला आपणही पोरच आहोत; याची जाणीव तिला जगाला द्यायची असेल... मन मोठं गुंतागुंतीचं असतं.

मी कल्पनेनं अनेक चित्रं रंगवू लागलो... केस कापताना न्हावी हिचा चेहरा गोंजारून घेत असेल. त्याला तिचे केस कापताना एक वेगळाच आनंद मिळत असेल... गल्लीतली पोरं हिची गंमत करीत असतील.

"बायाक्का, पान जरा खायला दे की."

"पान न्हाई गड्या. कात सपलाय."

"उगंच थापा मारू नगं. दे पान."

"खरंच कात न्हाई."

"बघू तरी चंची."

"चंची नि काय बघतोस? माझ्यावर इस्वास न्हाई?"

"इस्वास असला तरी चंची बघणार."

"आणि न्हाई दावली तर?"

"तर तुला धरून काढून घेणार."

"बा आला पाहिजे तुझा."

"बा कशाला?... मीच काढून घेतो की..." तरणा पोरगा तिला गच्च धरत असेल. उराबरोबर पाठीमागून आवळत असेल. दंगामस्ती, झोंबाझोंबी करून ती सुटण्याचा प्रयत्न करीत असेल, पोरं मग तिला जास्तच आवळून धरत असतील. छातीवर हात नेऊन चंची काढून घेण्याच्या निमित्तानं छाती कुस्करत असतील... पोरांना चोरटं सुख मिळत असेल. तिलाही ते सुख चोरून मिळताना आनंद वाटत असेल. अशा अनेक गोष्टी घडत असतील... दुपारी खोपीत झोपली असताना, नांगूर मारताना, मोकळ्या वावंड्या रानात दंगामस्ती करताना...

...मनासमोर कल्पना भरारत होत्या. सुंदर आकार घेत होत्या. हिच्यावर आपणाला नक्कीच कथा लिहिता येईल. हिचं पुरुषाच्या पोषाखात कुचंबणारं स्त्री-शरीर कसं कसं वागत असेल, ही आरोपित पुरुषत्वाचा फायदा घेऊन स्त्रीत्वाचं सुख कसं मिळवत असेल, वडिलांनी तिला मुलगाच केलं याचा तिला फायदा कसा लुटता येईल, यासारखे अनेक प्रश्न माझ्या मनात फुलत होते. कल्पनात्मक घटनांतून विस्तारत होते. मांडवात आणि घरात अनेक गोष्टी घडत होत्या, तरी त्याच विचारांनी मी झपाटून जात होतो. बेचैन होऊन फिरत होतो.

कोंडिबानं खोलीतनं हाक मारली. मी गेलो. आई आत होती. ती बोलू लागली.

"अक्षता आता धा वाजता पडणार हाईत...वरात काढायची?"

"आता लगीन केलंय तर मग वरात काढायला नको?"

"वरात रातची काढायची म्हटलं तर मग गाणं लांब जातंय. रातच्या जेवणाचा खर्च वाढतोय. माझा बेत हाय; अक्षता पडल्या की लगीच वरात काढल्यागत करून देवाला न्हेऊन आणायचं. लगीच पंगत बसवायची आणि जेवण झाल्याबरोबर व्हराडाला गाड्या जुपायला सांगायच्या."

"दिनाचं मत काय हाय?"

"त्यो काय? वरातीला दारू आणायची, रातचंच वरात काढायची म्हणतोय. त्येनं दांडपट्टेवाली पोरं ठरवून चार दीस झाल्यात."

"मग त्याच वक्ताला त्येला बरं बोलली न्हाईस?"

“त्या वक्ताला बोलली असती की. पर पाव्हणं असलं बात्तर खोड्याचं असतील हे मला ठावं न्हवतं.”

“पाव्हण्यांनी नि खोड्या काय केल्या?”

“पोराला एक तोळ्याची आंगळी घालतो म्हणून आदूगर ठराव झालाय, पर त्यांनी अंगठी आणलेलीच दिसत न्हाई.”

“ठराव झालाय न्हवं?”

“ठराव झालाय. पर तोंडी झाला हुता.”

“मग आता ते काय म्हणत्यात?”

“ते म्हणत्यात खर्चा मायंदाळ झालाय. लगीन झाल्यावर आम्ही घालतो...पर ते कुठलं घालत्यात आता? गोड बोलून गाभणं करणारं दिसत्यात.”

“ते एक झालं. पर मग वरात का रातचं काढायची न्हाई? लगीन तर आपल्या दारात हाय.”

“दारात असलं तरी काय झालं? वरातीला बायकू ठेवून घ्यायला नको?”

“ठेवायचीच की.”

“मग बायकू ठेवली की व्हराडबी ऱ्हातंय. व्हराड ऱ्हायलं की पुन्हा रातच्याला जेवणं करावी लागतील. मी म्हणती आंगठी न्हाई ते न्हाई. जेवणं एवढी घालायची कुठली? जाऊ द्यात तिकडं आपापल्या मुलखाला. वरातच नको. त्याच जेवणाचा खर्च वाचवून पोराला अंगठी घेऊ म्हणं.”

“तेवढ्या खर्चात अंगठी येणार हाय?”

“न्हाई आली तर न्हाई; पर असल्या पाव्हण्यांस्नी थारा द्यायचा न्हाई बघ.”

“दिना वरातीचं ऐकंल का?”

“त्यो न्हाई त्येचा बा ऐकंल.”

“मग तुझं तू बघ बाई.”

“मी काय बघू? तू सांग त्येला.”

“माझं ऐकायचा न्हाई त्यो.”

“सांगायच्या आधीच?”

“व्हय.” मी तिड्यानं बोलून गेलो.

लग्नाच्या अगोदर दोन-तीन दिवस घरात नुसती भांडणंच होती. “खर्चाला एक पैसा देणार न्हाई. कसं लगीन करता बघतो!” असं म्हणून मी दम दिला होता. पण दिनानंही कमर कसली होती. “गाडी-बैलं इकतो, म्हशी इकतो नि लग्नाचा खर्च करतो. मग काय करू तर?” असं बोलून तो गप्प बसला होता. मनात होतं याला गाडी-बैलं, म्हसरं विकू द्यावीत नि ह्याची अन्नान्न दशा करावी. ह्याच्या नशिबात रोजगारच आणावा... पण तसं होऊ देणं कठीण गेलं असतं. गाडीबैलं नि म्हसरं यांच्यावर घरदार चाललं

होतं. ती जर विकली असती तर सगळीच भिकेला लागली असती. एकदा घर खाली गेल्यावर ते कुणी निस्तरलं नसतं. मलाच सावरावं लागलं असतं.

मन आतल्या आत दाबत होतो. त्याच्यावर ताबा आणत होतो. अशा अवस्थेत दिनाशी बोलायची इच्छा नव्हती. हे लग्नच मला पसंत नव्हतं तर बाकीचं काय सांगणार मी? माझ्या एका स्वप्नाचा तो चक्काचूर चालला होता.

अक्षतांच्या वेळी चांगलीच भांडणं झाली. दोन्ही बाजूंनी एकमेकांचं उणंउतारं काढलं. अक्षताच राहू देत म्हणून निघून जायला लागले. "कसं जाता बघतो" म्हणून दिनानं कपाळाच्या बाशिंगाचा पटका दोस्ताकडे दिला नि धोतर खोवून तसाच उभा राहिला. भटजी खुशाल दोस्ताकडं बघत उभा राहिला. मला काय करावं कळेना. मी गप्पच. वऱ्हाडी पाव्हणं मला येऊन पुन्हापुन्हा काय काय चुकलं ते सांगत होते. "अंगठी द्यायचा ठराव नव्हता" असं सांगू लागले. "घातली तर घालू; तीबी मागंफुडं. लग्नात न्हाई." असं त्यांचं म्हणणं होतं. शेवटी गावातील चार माणसं मधी पडली. याद्यांत अंगठी नव्हती. "ती नंतर द्यायला लावतो. त्याबिगर बायकूच नांदवू नको" म्हणून गावकऱ्यांनी दिनाची समजूत काढली नि नवरा-नवरीला अक्षतांच्या पाटांवर उभं केलं. लगेच गडबडीनं भटजीनं 'सावधान' करून अक्षता उधळल्या नि ताशा झडूही लागला... मी नुसतं होणारं पाहत होतो. एकही गोष्ट माझ्या हातात उरलेली नव्हती.

कसे तरी लग्न पार पडले नि पाचव्या दिवशी बायाक्काच नवरीला न्यायला म्हणून गाडी घेऊन आली. मला आनंद झाला. आता ती पाहुणी म्हणून आली होती. घर निवांत होतं. तिला ह्या पुरुषपणाबद्दल नेमकं काय वाटतं हे समजून घ्यायचं होतं. तिच्या बऱ्याच भावनांचा मी अंदाज केला होता. तरीही तिला काही प्रश्न विचारून निश्चिती करून घ्यायचं ठरवलं. तिच्या आंघोळीचं कोंडीबाला अगोदरच विचारून घेतलं होतं. चड्डी घालूनच तिनं आंघोळ केली होती. टॉवेल कमरेला गुंडाळून चड्डी बदलली होती. अंगात काहीच नाही. कोंडीबानं संकोचून मला सांगितलं होतं; "थानं बाईगतच हाईत तिला; खरं, घट्ट घट्ट जिथल्या तिथं हाईत." त्याच्या बोलण्यानं मी वरवर हसलो होतो, पण आतून शहारलो होतो.

दिवसभर तिच्याशी खूपच जवळीक साधली. तिच्याबरोबर जेवलो. दुपारची झोप सोप्यातच गप्पा मारत मारत घेतली. सांज करून गावातल्या तीनही देवळात तिच्या बरोबर फिरून आलो. परत येताना हॉटेलात तिला खूप खायला घातलं... कुणालाही ती स्त्री असल्याचा संशय येत नव्हता. मला ते बरं वाटत होतं. इकड-तिकडची बोलणी खूप झाली. पण तिला खाजगी काही विचारता येईना. धाडस होत नव्हतं. वाटत होतं, असं रस्त्यात कुठंही ती याविषयी सांगू शकणार नाही... मी योग्य वेळेची वाट पाहत तिच्याशी बोलत होतो. विश्वासात घेत होतो. तिनं

सकाळपासनं तीन चार वेळा पान दिलं होतं. प्रत्येक वेळा मी ते खात होतो...गल्लीत दोन लग्नं होती. त्यातल्या एका धनगराच्या लग्नातल्या गाण्याला आम्ही दोघंच जाऊन रात्री बारा एक वाजेपर्यंत बसून आलो.

सकाळी बायकोला सविस्तर सांगितलं. दुपारची जेवणं झाली की तिघांनी सोप्यात निवांत बसायचं. कुठल्या पोराटाराला फिरकू द्यायचं नाही. सौ. नं नुसतं बसायचं. कारण नाही म्हटलं तरी एका तरुण स्त्रीला खाजगी विचारतांना तिला संशय येऊ नये, संकोच वाटू नये म्हणून पत्नीला जवळ ठेवणं मला प्रशस्त वाटत होतं.

दुपारची जेवणं झाली. बायाक्का ढेकर देत भिंतीला टेकून पायावर पाय घालून पान खात बसली. मी आतनं रुमालाला हात पुसत, पत्नीला यायला खूण करून, बाहेर आलो.

"पान खाता?" बायाक्का.

"खाऊ या की."

पत्नी आली.

"वैनी पान खाता तुम्ही?"

"नको." ती माझ्याकडं बघून हासली.

पान खाल्लं. गप्पा मारल्या. बायाक्का खूष झाली. तोंडात पानं रंगत जातील तशी तोंड बंद होऊ लागली.

घटकाभर तशीच शांतता झाल्यावर मी सहज विचारलं.

"बायाक्का, दोन-चार गोष्टी इचारायच्या हाईत, इचारू का?"

"इचारा की हो बेलाशक. त्यात अनमान कसला करता?"

"रागबीग येणार न्हाई न्हवं?"

"राग कसला? तुम्ही इचारायच्या आत सांगून टाकतो. आपलं काम लई न्यारं. एक घाव की दोन तुकडं. लांब कशाला? तुम्ही काय इचारनाार हाईसा ते मला ठावं हाय."

"काय?"

"काय ते मी परस्न सांगत बसत न्हाई. तुम्हाला सपष्ट सांगतो. दिनाच्या बायकूकडची माणसंच थोडी खोडसाळ हाईत. भांडल्याबिगार त्यांस्नी घास जाईत न्हाई. गावातबी असंच हां! पर दगाबाज न्हाईत. करतो म्हटल्यावर करतील. आज ना उद्या दिवाळीला म्हणा, सुगीला म्हणा दिनाच्या हातात अंगठी दिसल्याबिगर ऱ्हायाची न्हाई."

"लग्नाचं इचारायचं न्हाई मला."

"तर मग कशाचं?"

"तुझ्याबद्दलच."

"हात्तेच्या आयला! इचारा की. मी का लाजणार हाय?"

"न्हवं; बाई माणूस म्हणून रागबीग यायचा."

"रागबीग काय न्हाई. नि दादा, तुमच्यावर तर जल्मात कवा रागावणार न्हाई... बाई माणूस हाय त्येची आठवण करून दिल्यावरच मला हुती. न्हाई तर न्हाई."

"अस्सं?"

"तर काय. तुम्हीच बिनलाजता काय वाटंल ते इचारा म्हंजे झालं. इचारून इचारून तुम्ही काय इचारणार हाईसा?"

"हेच. तुझ्याबद्दल मला इनाकारण काळजी लागल्यागत वाटतंय." मी गंभीर झालो, "तुला तुझ्या बापानं असं-कसं बापयागत ठेवलं?"

"आण्णाच्या पोटाला पोरगा न्हाई तर त्यो तरी काय करणार? एखादा पोरगा झाला असता तर त्येनं मला लेकीसारखीच वाढीवली असती. येदूळाला माझं लगीन करूनबी दिलं असतं."

"अगदी खरं. मलाबी तेच वाटतंय."

क्षणभर स्तब्धता झाली. कुणीच काही बोललं नाही.

"बायाक्का, तुला बाईच्या भावना हुईत असतील न्हाई?"

"न्हाई बा. बाईच्या भावना म्हंजे कोनच्या?"

"ह्याच की; आपल्याला नवरा असावा. आपल्याला मूल व्हावं. आपून आपली पोरं वाढवावीत. न्हवऱ्याच्या अंकीत ऱ्हाऊन त्येच्या मनाचं, ध्यायीचं समाधान करावं."

"न्हाई बा. असलं तर कवा माझ्या मनात येत न्हाई."

"तुझं वय किती?"

"माझं? आता गेलेल्या पाडव्याला इसावर तीन झाली बघा."

"तुला म्हैन्याच्या म्हैन्याला पाळी हुती?"

"तर हो. तेवढी एक कटकट सोडली तर काय तरास न्हाई."

"तुला बापयानं हात लावल्यावर किंवा तुझा हात बापयाच्या अंगाला लागल्यावर तुला काय वाटत न्हाई."

"त्यात काय वाटायचं हाय? हे बघा. तुमच्या अंगाला हात लावला काय नि वैनीच्या अंगाला हात लावला काय, सारखंच!"

—तिनं माझा हात बोलता बोलता हातात घेतला. मी थक्क झालो.

"उलट मला बाई माणसात वावरायला कायतरी वाटतंय." ती पुढं बोलू लागली.

"अस्सं?" माझा उद्गार.

"तर हो. आपलं बघा खायचं, प्यायचं नि समोर येतील ती कामं थोपटायची."

"बरं." मी क्षणभर थांबलो. "मग तुझ्या मनात भावना तरी काय येत्यात?"

"अहो ह्याच की, शेतातली कामं रोज गाडीभर असत्यात. त्यातलं कोणचं कवा करायचं? नांगरट कवा, कुळवट कवा, पाणी कवा, भांगलण कवा... ह्येच्याच भावना दीसभर नि रातभरबी असत्यात. मळा एखाद्या बागेसारखा ठेवावा असं वाटतं बघा."

"तसं न्हाई. त्येचं काय हाय; बापयाला ऐन पंचविशीत बाई लागती. तसंच बाईलाबी ऐन पंचविशीत बापयाची आठवण हुती. त्येच्यापासनं सुख मिळावं असं वाटतं."

"तसलं काय मला वाटत न्हाई बा. आठवनबी हुईत न्हाई." ती हसली.

"तसं कसं हुईल? म्हंजे तू बापयबी न्हाईस नि बाईबी न्हाईस; असा त्याचा आरथ हुईल. माणूस म्हटलं की त्येला काय तरी भावना असत्यातच."

"त्येचं काय हाय दादा, माझ्या बाऽनं मला हे रूप दिलंय. एकदा ते मी अंगावर घेतलंय. आता मग असल्या भावनांचा इचार करून तरी काय फायदा नि तोटा?"

"मग कसं म्हणतीस? तर भावना हुईत न्हाईत?"

"अहो खरंच की, तसल्या भावना मनात तरी कशा येतील? आनून त्येचा काय फायदा न्हाई; हे कळल्यावर खुळ्यासारखं त्या भावना कशाला आनायच्या? मन सोजळ नि ठणठणीत लोखंडागत ठेवलं की कुठं काय गंज चढत न्हाई बघा."

"तू तुझ्या जन्माचा काय तरी इचार केलाच असशील की."

"करंना तर."

"काय काय केलाईस?"

"त्यो का एवढा दांडगा रामायणासारखा असतोय व्हय? मी आपलं ठरीवलंय; आई बाऽची सेवा करायची."

"आणि आई-बाऽच्या मागं?"

"रांडमुंड भन माझ्याजवळच हाय. तिला तीन पोरं हाईत. त्यातलं एक दत्तक घ्यायचं नि रान चालवायचं. तिची पोरं ती आपलीच पोरं म्हनायची."

"हे खरं असलं तरी बाई म्हटली की बापयावर तिचं मन जाणारच."

"खुळं हाईसा तुम्ही. मी सोताला बाई म्हणती कुठं? गणू कवट्याचा पोरगाच म्हणती मी. माझी भण सा वर्सात रांडमुंड झाली. ती न्हाई बिनबापयाची ऱ्हाईत? तसंच ऱ्हायचं." ती माझ्या नाराज होणाऱ्या चेहऱ्याकडे बघून मोठ्यानं हसली. "तुम्हाला काय तरी बाई-बापयाचा दांडगा परस्न पडलेला दिसतोय. पर मला त्यात काय अबजूकच वाटत न्हाई. एवढं काय अवघडून जायाचं त्यात? अहो, एक एक जणींची लगनं पैलं पैलं पाळण्यासंगं व्हायची नि त्या पोरी वयात यायच्या आतच त्येंचं न्हवरं एखाद्या वक्ती मरून जायचं. त्येंचं जल्म कसं जात असतील? एवढं काय वंगाळ वाटून घेतासा? उलट मला मर्दाचं जगणं जगायला मिळतंय हेच माझं नशीब समजतोय."

मी तिला प्रश्न विचारायचे सोडून दिले. मनोमन कुठंतरी नाराज झालो. ती आपल्या मनातलं काही सांगत नाही असं जाणवलं. ... पण हळूहळू माझी नाराजी कमी होत गेली तसं वाटू लागलं की तिचं खरंही असेल. आपणाला जे वाटतंय ते आपलंच असेल. तिला तसं वाटतही नसेल. उगीच आपण तिला खोदून खोदून विचारत बसलो.

दुपारी तासभर झोपून ती चारच्या सुमाराला गाडी जुंपून दिनाच्या बायकोला नि बरोबरच्या मुलीला घेऊन गेली. मुराळी म्हणून ती आलेली, एखाद्या तरण्या पोरासारखी, दिनाच्या बायकोच्या भावासारखी गाडीच्या घोडीत चढली नि बैलांच्या शेपटीला तिनं हात घातला. बैलं चालली. वळणाआड होईस्तवर ती उभ्यानंच मागं बघून हात वर करत होती.

मन मोकळं झालं. पूर्वी होतं तसं. एकमेकांचा विचार देता घेता पुन्हा रात्री आईची, माझी नि दिनाची भांडणं झाली. कुणाचं कुणीच ऐकायला तयार नाही. घरचा सगळा विध्वंस होणार याची कल्पना आली. मनोमन यातना खूप होत होत्या. पण काही करता येत नव्हतं. माझं माझ्या घराविषयीचं एक शिल्प ढासळत जाणार होतं. लौकरच पुण्याला परतायचा विचार करून मी रात्री अंथरुणावर पडलो.

बायक्का डोळ्यांसमोर आली... बायाक्का, तूही माझं एक स्वप्नं भंगवलंस. वाटलं होतं एका नाजूक, तरुण, अज्ञानी स्त्रीचं विलक्षण नाट्य तुझ्या रूपानं मला अनुभवता येईल. मानवी जीवनातली एक वेगळीच गुंतागुंत उभी करून तिला कलाकृतीचा आकार देता येईल. पण ते सगळंच रसरसणारं नाट्य विझून गेलं.

पण ही माणसं अशी का वागतात? आपलंच खरं करू पाहतात. स्वत:ला विद्रूप करून घेतात. त्यातच त्यांना धन्यता वाटते.

...वाटू दे. मला ती विद्रूप वाटतात, पण त्यांना कुठं तसं वाटतंय? त्यांच्या स्वभावाप्रमाणंच ती जगणार. त्यानुसारच त्यांना आकार मिळणार आणि त्यांना ते सुरूपही वाटणार. मला उगीच वाटतं यांना आकार द्यावा, घडवावं. खरं तर त्यांचा स्वभाव लक्षात न घेता मी त्यांना माझ्या सुरूपतेच्या कल्पनेनुसार घडवू लागलो तर ती खऱ्या अर्थानं विद्रूप होतील.

...तरीही दिना, तू माझं ऐकलं असतंस तर बरं झालं असतं. माझं एक स्वप्न आकाराला आलं असतं. पण तुला तुझ्या मनाप्रमाणंच जगायचं आहे तर जग बाबा.

आणि बायाक्का, तूही तुला कसं जगायचं असेल तस जग. तुझं खरं-खोटं तुझ्यासंग. मनातली बायाक्का मात्र आता वेगळी जगेल. ती मला हवी तशी मी मनोमन घडवीन. तिला सुंदर आकार देईन. माझ्या मनोविश्वात एका कथानिर्मितीचं सुख भोगीन. तेवढंच तुम्ही माझ्या हातात ठेवलं आहे.

◆

# रक्त-संगम

*...त्या अटकर, गच्च अंगाशी विंचवाचा दंश झोंबावा तसा झोंबत राहिलो. ताणाच्या अभंग पुरुषदेहाची स्त्रीदेहाशी होणारी पहिली झोंबी मी अनुभवली... कोमल मांसलयुवती-स्पर्श, भावुक स्त्रीचुंबन, हळव्या मादक ओठांची गुळचट मृदू चव, तनकोवळ्या संगमरवराचे नागवे नितळ कौमार्यदर्शन. भगभगत्या वासनेची तृप्ती म्हणजे काय याची पहिली कोरी करकरीत अनुभूती मला त्या क्षणी आली नि माझा पौगंडनाश झाला. मी अनुभवी पुरुष होऊन त्या हिरव्यागर्द उन्मादक पिकातून हलक्या आक्रसल्या शरीराने बाहेर पडलो, तिच्या गंधानं घमघमतं शरीर, मुक्त उधळत, अगणित सोनेरी तुरे जिवावर फुलवत, पावलांनी पृथ्वीला उद्दाम तुडवीत बेभान चाललो...नुसता चाल चाल चालत राहिलो...*

**प**रिच्छेद पूर्ण झाला नि मी श्वास टाकला. थकलेल्या पेनला नकळत टोपण घातलं. विसाव्यासाठी बाजूला टेकलं. कथेच्या शेवटाचं लेखन मनासारखं झालं होतं.

...काय लिहिलं हे आपण? कमळाच्या नि माझ्या आठवणींशी चाळा करता करता मी माझ्या पौगंडात रमलो. त्याचाच शोध घेत राहिलो. तिच्यात बुडून गेलो. असं झालं तरी सगळ्या आठवणींची मोडतोड करून आपण केवळ पौगंडाचाच शोध घेत बसलो. कमळा निमित्त. मीही निमित्त. या दोन निमित्तांनी स्फुरलेली कथा

मात्र छान झाली. थकवा आला असला तरी मनाला बरं वाटतं. आश्चर्य आहे. बाळंतिणीला पुत्रजन्माच्या वेळी असंच होत असेल. रक्ताचं थारोळं सांडतं. शरीरातील सगळं रक्त बंबाळतं. तिच्या मुलाचा जन्म. तिचं स्वत:चंच एक सानुलं रूप होऊन जन्माला येण्याची तिची सृजनक्रिया. स्वाभाविकच थकवा आला तरी बरं वाटणार. कथेचा पिंडही आपलं बरंचसं रक्त घेऊन आकाराला येतो... माझ्या नि कमळाच्या रक्ताचा नवा पिंड.

सुइणीसारख्या साक्षीला असलेल्या खोलीवरून मी कृतार्थ वृत्तीनं दृष्टिक्षेप टाकला. झुरमुळयांची देखणी नबाबी टोपी असलेल्या टेबललँपचा गोल ठळक खाजगी प्रकाश. प्रकाशगोल टेबलावर हात दीड हात जागेतच तयार झालेला. हवं तेवढं दाखवणारा. लेखनाविष्कारापुरता पसरलेला. त्याच्या मध्यावर पांढरेशुभ्र कागद. त्यावर गवती रानासारखी निळी ठेंगणी शब्दसृष्टी. अक्षरांच्या बारीक नक्षीनं ओळी ओळी मढवलेल्या. तिथल्या तिथं गवतासारख्या थुईथुई नाचणाऱ्या...

टाचण्यासाठी ते कागद एकत्र जुळवताना विहिरीला नुकत्याच लागलेल्या नव्या झऱ्यासारखं मन झुळझुळू लागलं. मी माझ्यावर, कमळावर खूष झालो.

लिहिण्याच्या वेळी रुंद टेबलावरच्या एका कोपऱ्यात घड्याळ फेकून दिलं होतं. इतका वेळ ते टेबलाच्या त्या कोपऱ्यात रुसल्यासारखं होऊन आपल्याशीच टिकटिक करत मुकाट पडलं होतं. त्याला जवळ ओढलं. त्याच्या गोल तपकिरी युरोपियन चेहऱ्याकडं पाहिलं. खूष होऊन, खुदकन हसून त्यानं पाऊण वाजायला आल्याचं सांगितलं. इतका वेळ ते मला ऐकू न येईल, आपला त्रास न होईल अशी दक्षता घेऊन बसलेलं. त्याला गोंजारलं. "माझी पिटुकली धिटुकली गं ती." ती नाजूक हृदयाची चीज. त्यावेळी फार जवळची मैत्रीण वाटली...माझा आनंद, माझी भावना, माझं मन जाणणारी. मी सर्जनासाठी रात्री कितीही जागत असलो तरी मला जागरूकपणानं सोबत करणारी.

पलंगावरची गादी, चादर, शेजारच्या स्टुलावरचा पाण्याचा तांब्या, माझ्यासाठी वाट बघत होते. त्या वाट बघणाऱ्या पाण्याला पोटात घेतलं. गादीला माझ्यासह पांघरुणाखाली घेतली नि तिच्या उबेत सरकलो. उशागतीचा स्वीच दाबून दिव्यालाही विश्रांती दिली.

...मनात आज असे का विचार येत आहेत? कागद, पेन, घड्याळ, दिवा, टेबल, कढ आलेली खुर्ची, सार्थक झाल्यासारखं वाटणारं आंथरुण-पांघरुण, पाण्याचा तांब्यासुद्धा मला माझे जवळचे जिवंत सगेसोयरे वाटत आहेत. त्यांचे फार फार उपकार वाटत आहेत. आज मी ह्या टेबलावर एका कथेला जन्म दिला, त्यात त्यांनी मदत केली म्हणून? का माझ्या खाजगी, नग्न निर्माण-प्रकियेचं अंगोपांग त्यांना न्याहाळता आलं म्हणून? माझ्या कथाजन्माच्या या साक्षिदारिणी. माझ्या

आनंदाच्या विनम्र सेविका. माझ्या सख्या, सोबतिणी. माझ्या... माझ्या अब कड ईफ... काय वाट्टेल ते. आज लेखनाचा एवढा कसा काय आनंद झालाय?

...आता याचा विचार नको. झोपलं पाहिजे. पंधरा एक मिनिटं सहज झाली असतील. एक वाजला असेल. सकाळी पुन्हा पाच-साडेपाचला उठलं पाहिजे.

मी डोळे मिटले.

खरे उपकार झाले ते कमळाचे... यावेळी तू कुठं असशील कमळा?... त्या ट्रकड्रायव्हरच्या मिठीत? अंगाला तेलाचा, घामाचा वास येणारा, चारचार, सहासहा दिवस आंघोळ न करणारा, दाढी वाढलेला, हातभट्टीची कडक दारू पिऊन तांबारलेल्या डोळ्यांनी घरी येणारा ड्रायव्हर. त्याची तू शेज सजवत असशील. त्याला पतिदेव मानून त्याचा बाटगा संसार एकनिष्ठेनं करत असशील. त्याच्या वंशाची वेल तुझ्या पोटी वाढवत असशील. तुझा ठावठिकाणा मला नंतर कधीच लागला नाही. तुझा नवरा ट्रकड्रायव्हर आहे एवढीच फक्त माहिती. त्याला फक्त एकदा पाहिला होता, तुझ्याच घरी तुला कामाला सांगायला आलो होतो तेव्हा... त्यावेळच्या त्या तुझे या माझ्या कथानिर्मितीत अनंत उपकार आहेत.

तुझ्या त्या स्फोटक रूपाच्या निमित्तानं मला माझी त्यावेळची अवस्था शोधायची होती. तुझा अटकर तांबूस रंगाचा नितळ बांधा, काळेभोर बारीक आणि मिस्कील वाटणारे डोळे, दाटदाट केसांचा अंबाडा, रूंद गळ्यात बोरमण्यांची सोनेरी माळ. त्या माळेच्या मध्यावरच छातीवरचा उठून दिसणारा काळाभोर तीळ. अपरं टोकदार नाक. त्या नाकातील मादक निळी चमकी. अंगावर गच्च असलेली पुणेरी चोळी. अर्ध्याअधिक कापलेल्या मोसंब्यासारखे घुमटाकार होत चाललेले अलवार स्तन... तू हसत, खोडकर शब्द बोलत जवळ येताना दिसलीस की माझं मन नव्यानं वेसण घातलेल्या बिनवजीव खोंडासारखं बिथरायचं. छातीत धडधड सुरू व्हायची, असं का होतंय ते कळायचं नाही. मला वाटायचं तुला धरून तुझं कोवळंलूस दिसणारं कुर्रेबाज नाक चावावं, मान चावावी, नि तुला रक्तबंबाळ करून खाऊन टाकावी. पाहिली की नव्यानं दात उगवणाऱ्या मुलासारखे माझे दात सळसळायचे.

...खोडव्याचं रान नांगरून त्यातच लावण चालली होती, बी रुतत नव्हतं. रान घटणी आलं होतं. पुरलेलं बी पुन्हा खास तुडवण्यासाठी तुझी नेमणूक झालेली. लावण झालेल्या सरीतनं हबका देऊन तू बी तुडवत होतीस. उडणाऱ्या राड पाण्यानं पातळ घाण होईल म्हणून ते गुडघ्यांच्यावर घेऊन खोचण घातलं होतंस. तोल सावरत हबके देत होतीस. तुझ्या गुडघ्यांच्या वर उघड्या असलेल्या मांड्या पिंढऱ्याकडून वर पाहत जाताना वाटायचं की ही केळ भुईतनंच वर आलेली आहे. वर तुझ्या तू तंद्रीत मग्न. मी ते रूप अभिलाषेनं न्याहाळणारा. तोल सावरणारी तू बघून स्वत:वरच खूष होणारा.

विहिरीच्या पाटातील तुझी अशीच एक आंघोळ आठवते. खरं म्हणजे अशा तरुण पोरींनी पाटावर आंघोळ करू नये. पण उन्हाळ्याचे दीस. उन्मादाच्या आगीनं तुझा दाह होत असावा. मोटा सुटलेल्या. सगळी जेवून विसाव्यासाठी खोपीत पडलेली. मी धावेवर शिवळेला डोकं लावून निजलेला. आंब्याच्या गार सावलीत गुंगी येतेली... सगळी झोपलेली बघून तू केलेले ते धाडस. आंब्याच्या आडोशाला उभी राहून तू चोळी काढून, लुगडं फेकून आडवा धडपा लावलास. तशीच पाणी तुंबलेल्या पाटात येऊन हळूच बसलीस. गुच्चेले गच्च कुमार स्तन दोन्ही गुडघ्यांनी झाकले होतेस. त्या गुडघ्यांच्या रेट्यांनी त्यांची फुगावट तुझ्या गळयाच्या दिशेनं छातीवर वर सरकलेली...तुला वाटलं असावं, मी झोपलो आहे. खरं म्हणजे माझी तुझ्या चाहुलीनं गुंगी उडाली होती. तुझा लवचिक गोरा देह बघून वाटलं होतं आपण पाणी होऊन तुझ्या अंगांगावरून यावं नि पायदळी पडावं. तुझ्या अंगोपांगात घुसून तुला भिजवून काढावी. स्तनाखाली, मानेखाली, काखांतून गुदगुल्या कराव्यात.

जोंधळ्याची भांगलण करतानाची तू अशीच आठवतेस. रान पूर्ण वाळलं नव्हतं. ओलसर होतं. तण खूप माजलेलं. पाऊस कमी न होणारा. रानात घातीची वाट बघत बसलो तर तण माजून जोंधळा मार खाल्ला असता. त्यामुळं आंबट ओल्या घातीतच माणसं कामाला सांगितली होती. भांगलण करताना पातळांना चिखल लागत होता. म्हणून जिनं तिनं आपली आखूड जुनेरं गुडघ्यांच्या वर घेतली नि सगळं एकत्र गोळा करून लंगोटे कसावेत तसे कासोटे खोचून घेतले. तूही तेच केलंस. तुझ्या शेजारीच मी आरा धरला होता. डाव्या बाजूच्या काकरीतील तण काढताना बसल्या बसल्या तुला डावीकडं झुकावं लागे. त्यावेळी तुझी गुलाबी गुलाबी उजवी मांडी जांघेपर्यंत उघडी होई. तुला त्याचं भान नसे. पण मी ते चोरून पाहता पाहता बेभान होई. कुत्र्याच्या पिलागत डोळे तिच्यावर गदबदा लोळत... मुद्दाम तुला मदत करण्याच्या मिषानं पुढं येऊन मी तुझ्या आऱ्यातलं तण काढण्याचं सोंग करी. जीव उडून गेलेला असे. तुझ्याशी लग्न करावं नि ती मांडी हळुवार मांडीखाली घ्यावी असं वाटे.

...एका पावसाळ्यातलं तुझं एक भिजकं रूप माझ्या लक्षात आहे. संध्याकाळ झाली होती. ढग भरून आले होते. तुझ्या माझ्या हातात मूठमूठभर मिरच्यांचं उपटलेलं तरू होतं. ते लावून सुटी करायची होती. घराकडे जाण्याची तुला ओढ लागलेली, पण सकाळपासनं धीर करून बसलेला आर्द्राचा उतावळा पाऊस सांज करून चळचळत आला. खोप लांब. पांघरायची पोती खोपीतच राहिलेली.

तू म्हणालीस, "आता न्हाई खोपीकडं जायचं रं. भिजलो तरी चालंल. एवढं तरू संपवूनच जाऊ या. म्हंजे पुन्ना 'ये ये नि जा जा'ची झगझग नगं."

"बरं."

मला तेच हवं होतं. पावसात भिजण्याची गरमागरम अंगात मस्ती होती.

दोघांच्या अंगांवर धारा चळाळत होत्या नि दोघेही खाली वाकून तरू लावत होतो. भिजत चाललेलं तुझं पातळ, तुझी चोळी हळूहळू अंगाबरोबर चिकटत चालली होती आणि तुझा उत्तेजक बांधा उठाव घेत स्पष्ट होत चालला होता. केसातून तोंडावर पाणी येत होतं. बटा गालावर चिकटत होत्या नि तू टाऊन हॉलमधल्या संगमरवरी पुतळ्यासारखी खुदूखुदू भिजत आनंदत होतीस...ते बघून मी कावराबावरा होत होतो. सारखं तुझ्या पातळ चिकटलेल्या मांड्यांकडं, शरीराकडं, केस चिकटलेल्या तांबूस खोबरी गालांकडं बघत होतो. काय बोलावं, कळत नव्हतं.

फक्त एवढं आठवतं की तरू संपल्यावर तू माझ्या मागून हळूहळू पळत होतीस. मी म्हटलं,

"पळ की लवकर. का हाताला धरून पळवू?"

"हाताला धरून पळवून का मी तुला पळणार हाय?"

"मग खांद्यावर घेऊन पळवू?"

"पळीव, घे खांद्यावर." तुझं धीट, बेफिकीर बोलणं.

मला ते शक्य नव्हतं. हिय्या करून तसं केलं असतं तरी तू ते करून घेतलं नसतंस. पण खोडकरपणा म्हणून मी तुझ्या कमरेत हात घातला. "आई गं" म्हणून तू बारीक किंचाळलीस. मऊमऊ पोटाला मी त्यावेळी कमरेवर गुदगुल्या केल्या. दोघंही एकमेकांकडं बघून हसलो नि पाऊस तोंडावर घेत खोपीकडं पळालो.

खोपीत गेल्यावर मला चहा करायला सांगितलंस. मी चुलीत धाटं पेटवली. तू तिथंच अंगावरचा पदर काढून पिळलास... कशी दिसत होतीस तू? अंगावर अर्धवट वस्त्रं असलेली नि बरंचसं नसलेली. मला ते सगळं नवंनवं होतं. शेवटी "बघू नगं रं हिकडं" म्हणून अंगातली चोळी काढून पिळलीस. उघड्या काखा वर केल्यानं नि छातीवरच्या टोकांनी किंचित वर उचललेला पदर बघून मला वाटलं माझ्या अंगात आत धडाडदिशी सुरूंग उडून माझ्या ठिकऱ्या ठिकऱ्या होऊन तुझ्या या जाळासारख्या असलेल्या देहाभोवती पडणार. पण तू पिळलेली चोळी अंगात घातलीस नि आग झाकून टाकलीस. भिजक्या पातळाची झाडून कास घातलीस. हळूच चुलीच्या धगीला आलीस. एक घमघमता, उद्दीपक वास घेत मी उबीला बसलो.

–अशा तुझ्या अनेक अवस्था आठवतात. तुझ्याशी झालेले संवाद मला रात्रभर झोप लागू देत नसत. तुझ्याशी होणारं खोडकर बोलणं ऐकून मी दोनदोन दिवस बेचैन राही. तुझ्याशी खिदळे, खोड्या-मस्करी करी. जवळ गेल्यावर तुझ्या अंगाचा तो येणारा विशिष्ट वास अजून माझ्या नाकात ताजा आहे. त्यावेळी तू मला हवीहवीशी होतीस. म्हणून मी तुझ्या घरी रात्री अनेक वेळा येऊन दहादहा वाजेपर्यंत

बसे. तुझी आई शेंगा, भिजकी हरभऱ्याची डाळ असं काहीतरी खायला देई. तिला वाटे मी लहानच आहे. ती माझं त्याच भावनेनं कौतुक करी. पण मी मोठा झालो होतो. मनाचं नि शरीराचं स्थित्यंतर होत होतं, ते कुणालाच कळत नव्हतं. मलाही कळत नव्हतं. मी चुकलेल्या राघवासारखा सैरभैर होऊन आभाळभर उडत होतो.

तुला हे कसं सांगायचं मला कळत नव्हतं. भीती वाटत होती. कदाचित तू माझ्या वडिलांना सांगून मला मार द्यायला लावशील असं वाटायचं. कदाचित तुला मी असं सांगितल्यावर तू माझ्याशी अबोला धरशील असं वाटायचं. कदाचित उद्या नाही परवा ते तुला कळेल असं वाटायचं. म्हणून ते बोलायचं राहूनच गेलं.

मला असं का होतंय याचा पत्ता लागत नव्हता, पोटात काहीतरी पाप येतंय असं एक एक वेळा वाटत होतं. शरीरात कसला तरी सापकांद्यासारखा उग्र दर्पाचा कोंभ फुटला होता. त्याच्या नवाळीचा वास मनात दर्वळत होता. एकांतात मग मी माझं अंग गोंजारत बसत होतो. आंघोळ करताना ते घटका घटकाभर न्याहाळत होतो. ते एक मोठं काळं रहस्य वाटे. आरशात बघताना ओठावर मिशा कधी एकदाच्या येतील, दाढी कधी एकदाची वाढेल असं होऊन गेलं होतं. आवाज फुटला होता. घरात कुणाशी बोलावं असं वाटत नव्हतं. कुणी आले गेले माझ्या लग्नाच्या गोष्टी सहज ओघात काढत तेव्हा सुखावून जाई. मनोमन तू माझी बायको व्हावीस असं फार फार वाटे. तू असलीस म्हणजे मी कधी मोटेवर शृंगारिक लावण्या म्हणे. जत्रा-खेत्रांना, तमाशाला जाई. तिथल्या रंगीत रंगीत पोरी तास-तासभर हरखून जाऊन पाही. तमाशातील शृंगारचेष्टांनी विरघळून जाई. बसल्या जागी अंग ताठ होई. थंडी वाजे. दीस-दीसभर त्या पोरी मनातून जात नसत. त्यांच्या जागी तू कधी यायचीस याचा पत्ता लागायचा नाही...

अजून झोप येत नाही.

किती वेळ झाला हा! दोन वाजून गेले असतील. म्हणजे पहाट व्हायला दोन-तीन तासच अवकाश. झोपलं पाहिजे. मनातून कमळा अजूनही जात नाही. ती आपणास मिळाली नाही याची रुखरुख तर ही नसेल?

...खरं म्हणजे ही रुखरुख आपण आपल्या कथेत भागवून घेतली आहे. तिच्या चोळी-लुगड्याला नि निरीला आपण कधीच हात घातला नव्हता. तिची तंग चोळी पाहिल्यावर मात्र वाटे, तिच्यात हात घालून खस्सकन फाडून काढावी नि तिच्या स्तनांना फुलं ठेवल्यासारखं डोळ्यांवर ठेवून निजावं. तिचं सोलीव सोनकेळासारखं अंग वस्त्रापासून सोलून घेऊन बकाबका खाऊन टाकावं. तिला उचलून खांद्यावर घ्यावी. एक पाय छातीवर नि एक पाय पाठीवर टाकून तशीच कमरेची ऊब कानावर घेत खांद्यावरून परमुलखाला न्यावी.

...एवढ्या भावनावेगातूनच माझ्या कथेत मी तिचं वस्त्र फेडलं. माझी तिच्या

विषयीची राहून गेलेली वासना अशी भागवून घेतली. एका पौगंडपणाला पूर्णरूप देऊन मोकळा झालो. या पूर्णरूपासाठीच तिचा स्वभाव बदलून घेतला. तिला उफाड्याची उन्मादक पोर केली... जोंधळ्याच्या हिरव्यागर्द एकांतात तिनं अनावर वासनेनं माझ्या शरीरावर झेप घेतली नि माझा गाल चावला. वर पडून तोंडात तोंड घातलं ते माझा जीव गुदमरल्यावर काढलं. वाघिणीनं सावज पकडून आपल्या पकडीत धरावं तशी एकटक माझ्याकडं पाहत पडून राहिली. माझा दिवा भडकला. रक्तात चेव आला नि मी घट्ट अंगाशी धरून तिला वेटोळा घालून वर आलो. बेभान आंधळा झालो... शरीर जंगली झालं नि त्याच्यावर वासनेच्या हिंसक शेंगा फटाफट फुटत गेल्या. वावभर जागेतील जोंधळा-तुरीच्या आमच्या अंगाबुडी चोळामोळा झाला. सुकुमार तूर नि सुकुमार जोंधळा दोन्हीही भुईसपाट निपचित पडली नि त्यांच्या पानाफुलांचा आमच्या तासाभराच्या रगडण्यानं एक नवथर, मादक, कुस्कर सुगंध दरवळत राहिला...

...हे काय! पुन्हा जशीच्या तशी कथाच आठवू लागली आहे. डोकं गरगरायला लागलंय. पाणी प्यावं... किती वाजलेत कुणास ठाऊक? पहाट व्हायला आली असेल. गप्प झोपलं पाहिजे. डोक्यातली जळमटं काढून टाकली पाहिजेत.

श्रीराऽम, श्रीराऽम!

...कुणाची तरी हाक.

"कोण आहे?"

"मी कमळा."

"कमळा!... आलो आलो."

एवढ्या मध्यरात्री कमळा! मला आश्चर्य वाटलं. मी हळूच दार उघडलं. कमळाच! सतेज झालेली. लाला लाल गाजरी रंगाची. गेंद कांतीची. जोंधळ्यातून सुटक्या दाट केसानिशी नुकतीच बाहेर आलेली.

"कमळा, अशी कशी आलीस?"

"तुझी पुस्तकातनं आलेली कथा वाचून आली. मी ती कथा वाचून दावली तिला." तिला मागं ढकलून देत दाढी वाढलेला, खाकी फाटकी पॅन्ट घातलेला, काळ्या कुडत्याचा, हातात टोक असलेला चकाकता सुरा घेतलेला एक जून चेहऱ्याचा पुरुष रेडक्या आवाजात बोलत पुढं आला.

"भांच्योद!" हातातला सुरा तयार. तो पवित्र्यात उभा.

"कोण तू? चालता हो."

तो घाक घाक खूप मोठ्यानं हासला.

"मी कोण? हिचा न्हवरा. तुझ्या कथांचा सामान्य वाचक. मालकाचा पोटार्थी

नोकर. दारूड्या ट्रक ड्रायव्हर. तुझा कर्दनकाळ. सबकुछ! भडव्या, माझ्या बायकोला धरून जुंधळ्यात वडलीस. तिच्यावर जबरी केलीस. भोग आता फळं. मऽरमऽऽरमऽऽर.''

''आ ऽ ! आई ऽ ! वाचवा ऽ ! मेलो ऽ मेलो ऽ !''

त्यानं क्षणाचाही वेळ न घेता माझ्या पोटावर, गळ्यावर कचाकच वार केले. मी भेलकांडत भोवळत रक्ताच्या थारोळ्यात पडलो. आतडी पोटाबाहेर येऊन भळभळू लागली.

''रांडं ऽ, तूबी हितंच मर. गमज्या करतीस गावासंगं. ह्यो टग्या पाहिजे काय तुला? आँ?...अस्सा ऽ घे. घे अस्सा ऽ.'' तिच्या केसांचा पसारा धरून त्यानं तिच्यावर सुरात सूर पाचसहा वार केले. ती किंचाळली. बोंबलली. सुटून जाण्याचा तिनं आटापिटा केला पण पाय आडवा घालून त्यानं तिला धाडदिशी तोंडघशी पाडली. उताणी करून आणखी दोन सुरे काकडीत खुपसावेत तसे गळ्यात घुसवले. रक्ताचं दुसरं थारोळं. माझी खोली लालेलाल.

सुरा दारांच्या फळीत खोचून तो पसार.

भोवतीनं अंधार.

कमळा निपचित पडलेली.

मी विव्हळत तिच्याजवळ सरकलो.

''कमळा ऽ.''

''अं ऽ!–काय म्हणून असं खोटं लिवलंस?... काय नशिबाला आलं हे आपल्या? माझ्याबद्दल नसता शक घेटला त्येनं... देवा, एवढं काय मी पाप केलं हुतं ऽ?''

''चुकलं माझं. मी असं लिहिलं. माझं मलाच कळत नाही. पण तू पापी नाहीस. मी पापी आहे. त्या चांडाळाला हे कळलं पाहिजे होतं. त्यानं कथेवर नसता विश्वास ठेवला. तुझ्यावर त्याचा विश्वास बसला पाहिजे होता. मी दुष्ट आहे कमळा, मी दुष्ट आहे. मी तुला ठार मारलं, मी तुझा संसार उद्ध्वस्त केला. मी तुला उद्ध्वस्त केलं.''

''आता त्येचा काय उपयोग? थोडं पाणी देता?'' ती खोल, आत आवाजात बोलत होती. विझत चालली होती.

''पाणी ऽ पाणी ऽ.'' बळ सांडलं होतं तरी जीव एकवटून ओरडलो.

पण पाणी कुणीच आणलं नाही. आम्ही दोघेच. तिनं चिमणीसारखा आ ऽ वासून हळूच डोळे मिटले. मी हंबरडा फोडला, ''कमळा ऽ.''

झोपेतच ओरडलो.

माझी मलाच जाग आली. डाव्या हाताला मुंग्या आल्या होत्या. निमिषभर मला

हलताच येईना. उरावरचा डावा हात बाजूला घेताच येईना... काय स्वप्न हे. खिडकीचे हे तांबडे पडदे फेकून दिले पाहिजेत.

रस्त्यावरच्या ट्यूबलाईटचा प्रकाश खिडकीवर पडून पडदे गडद लालसर दिसत होते. क्षणभर तसाच पडून राहिलो.

टेबल लँप लावला नि ड्रॉवरमधील कथा काढली. तिच्या शीर्षकाकडं पाहिलं—

"कमळा."

कमळा, मी तुला वाचवू शकलो नाही. पाणीसुद्धा देऊ शकलो नाही. तुझा नाहक एका कथेसाठी बळी घेतला. माझाही नाश पाहिला. रक्तबंबाळ झालो... आपणा दोघांचे एवढं रक्त सांडलं नि एकमेकात मिसळून गेलं. तुझं माझ्यात नि माझं तुझ्यात. रक्त सांडलेली ती तू तुझी नव्हतीस, माझी होतीस. माझ्या रक्तात मिसळलेली. माझा जीव, माझ्या प्रेरणा, माझं सारं व्यक्तित्व या सर्वात मिसळत गेलीस... तुझ्या मूळ कायेत माझा आत्मा कधी जाऊन बसला नि तुला दुसरा जन्म कधी मिळाला याचा पत्ताच लागला नाही. स्वभाव बदलून तू जगू लागलीस, माझ्या कानाशी स्फुंदू लागलीस...लोकांना हे कळणार कसं? तुझ्या नवऱ्याला तर हे पटणंच शक्य नाही. तो एक सामान्य वाचक. सामान्य ड्रायव्हर. निदान तू तरी मला समजून घे. या माझ्या अक्षरसृष्टीत तुझ्यातून मी प्रगटतोय, माझ्यातून तूच प्रगटते आहेस. तुझं रक्त, माझं रक्त इथं मिसळून वाहत चाललंय. हे तुझं तुला, माझं मला कळलं तरी पुरे. मग तुझ्या नवऱ्यानं इथं येऊन माझ्यासकट माझ्या टेबलावरचा क्रौंच मारला तरी चालेल.

◆

# हरवलेला सोनचाफा

**खो**ली शांत. हतबुद्ध झाल्यासारखा टेबलावरचा लेखनपसारा. भिंतीवरल्या फोटोतील जगदंबेची स्थिरपणे माझ्याकडे पाहणारी दृष्टी. फोटो असला तरी जिवंत वाटणारे डोळे, माझी कुचंबणा जणू तिच्या लक्षात येते आहे.

...मागचे सर्व विसरून एका दीर्घ लेखनाला सुरुवात करावयाची आहे. डोकं भणाणून जातं आहे. नव्या लेखनाचं आव्हान झेपणार नाही म्हणून असं वाटतं आहे की उत्साह नाही म्हणून असं होतं आहे, काही कळत नाही... मागचं विसरता आलं तर बरं होईल पण इच्छा असूनही ते विसरता येईनासं झालं आहे. राहून राहून मन सारखं विवश होतं आहे.

वाटलं होतं बरेच दिवस काही लिहायचं नाही. सगळ्या शक्ती ओतल्या होत्या... वास्तवातले स्वप्नसंबंध अनुभवता अनुभवता वाफाळलो होतो. हिरव्या झाडीनं दिलेलं संरक्षण, गवतांनी अंग झोकून स्वत:च्या केलेल्या गाद्या, वरच्या ढगांचं मिस्किल शुभ्र डोकावणं, निळ्या आभाळाचे झाडीवरील पांघरुण नि त्या एकान्तात उतू जाणाऱ्या दोन शरीरांचे एक उसळते रतितांडव. अस्तित्वाला स्वतंत्रपणे स्पंदू बघणाऱ्या एका पिसाट अनुभवाचा आविष्कार...मला हवे तसे रंगरूप देतादेता स्वत:चेही रंगरूप मिसळत आकाराला आलेले स्वप्नरसायन. सगळ्या बंधनापासून मुक्त होऊन स्वयंसिद्धेसारखी ती कथा पूर्ण झाली होती. 'सोनचाफा' हे नाव सहज सुचलं होतं.

नंतरच्या सगळ्या लेखनात मीच ओतला गेलो होतो. शब्द वेचताना उत्कट

जगलो होतो. लेखणी ठेवताना किती मोठ्या समाधीतून उतरल्यासारखं वाटत होतं. कात टाकून पुनर्जन्म घेतल्याइतका थकवा आलेला.

...गेलं ते सगळं.

पहिल्या कच्च्या लेखनाचे कागद शोधले. ते कधीच नाहीसे झाले होते. दिवाळी अंकाच्या संपादकाची पोच आल्यावर त्या कथेच्या कच्च्या लेखनाची काहीच गरज भासली नव्हती... त्या थंड, अलिप्त मुद्रणकर्त्या जीवाला काय त्याचं? चांगले काय न वाईट काय; अंकाची अब्रू राहिली की काम झालं. त्या व्यापारी अब्रूत त्याची प्रतिष्ठा गुंतलेली. त्याला आपल्या धंद्याची फक्त काळजी. मग त्या मोबदल्यात इतरांच्या जिवाच्या चिंध्या झाल्या तरी चालतील... मूर्खासारखी माझी कथा हरवून बसला आहे.

आता जिद्दीला पेटून गेले आठ दिवस त्याच कथेच्या कथानकाला घेऊन बसलो होतो. आता लेखनही पूर्ण झालं आहे... पण कसले हे लेखन. आठवून आठवून सरपटणाऱ्या मनाने केलेली ही नक्कल. 'सोनचाफ्याच्या' झोताची नुसती छाया. नुसते अग्नीचे चिन्ह दाखविणारे कोलीत... हरवलेल्या कथेचा आविष्कार सहस्त्रदळांनी फुलून आलेल्या कमळासारखा ताजा टवटवीत, वेगळ्या शब्दकळेतून झालेला. आणि हिची शब्दकळा म्लान, निस्तेज... निर्मितीपेक्षा आठवणीनेच केलेला तर्जुमा झाला आहे हा. तोंडवळा तोच, विषय तोच, शब्द बहुधा तेच; पण एक पृथ्वीच्या पोटातून वर आलेली ती सोनेरी भगवी ज्वाला नि ही तेलावर जळणारी मातकट चिमणी. इंजेक्शने देऊन देऊ केलेली अनिच्छ धारणा.

...कशी फाडू? केवळ तिची एक दग्ध आठवण म्हणून तरी असू दे. कुणाला कळणार हे? कुठं चित्त लागणार आहे आपलं नव्या लेखनावर? वेड लागल्यासारख झालं आहे.

सकाळ अशीच गेली, लेखन नाहीच. शिळी कथा वाचून पुन्हा खणामध्ये टाकली. तिला पूर्वीचे शीर्षक देण्याचाही उत्साह नाही... तो 'सोनचाफा' इथं घमघमत नाही. नुसता रंग तेवढा शिल्लक आहे. गंध कधीच उडून गेलाय.

तेरा-चौदा वर्षांनी चुलत काकांच्या गावी चाललोय. काका होते तोवर गेलो; पण आता काका नाहीत म्हणून आलो नाही, असा आरोप होऊ नये म्हणून चाललोय. त्यांच्या शेवटच्या मुलीचं लग्न आहे... कशी दिसत असेल? चेहऱ्यामोहऱ्यानं नक्कीच बदलली असणार. बारा-तेरा वर्षांत एवढं सहज शक्य आहे... दोन-तीन महिन्यांतही माणूस बदलू शकतं. तीन महिन्यापूर्वीचा त्या कथानिर्मितीच्या वेळचा 'मी' तरी कुठं आहे? मी तो असतो तर आज ती मला लिहिता आली असती. त्या क्षणांचं, त्या काळात सापडलेलं मन पकडता आलं असतं. आज त्याची सावलीच फक्त हाताला लागते. कारण ते मन वेगळं,

आजचं मन वेगळं... आज जिव्हाळाही नाहीसा झाला आहे.

जाऊ द्या. निदान सगळ्यांना वरवर तरी भेटता येईल. काकूंना, तिच्या मुलांना बरं वाटेल.

...मुख्य म्हणजे त्या सखूला भेटता येईल. तिच्याशी गप्पा मारता येतील. तेवढाच विरंगुळा. माझं दु:ख विसरता येईल. सखूच्या आवळ्याजावळ्या दोन मुली बघून तर नक्कीच बरं वाटेल. खूप मोठ्या झाल्या असतील त्या.

...सखू, तू मनासमोर ऐन पंचविशीतली दिसतेस, गव्हाळ तांबूस रंग, हिरव्या पातळावर गुलाबी पुणेरी चोळी, पानातला गडद गुलाब, ठळक कुंकू, त्याखालचं हिरवंगार गोंदण, भरून आलेले स्तन, आणि त्या वर्षावर्षाच्या दोन जुळ्या पोरी.

त्यानंतर दोन वर्षांनी पुन्हा आलो होतो; तेव्हाही त्या पोरी घेऊन तू आली होतीस.

"कसं काय? बरं हाय का पाव्हणं?" तू.

"आहे की." मी.

"काय म्हणतंय पुणं? आम्हांस्नी एकदा न्ह्या की तिकडं. शहरची हवा खेडवळांस्नी कवा दावणार?"

"कधीही. तुम्ही अवश्य या पुणं बघायला... तुमच्या मुली मोठ्या झाल्या की या. नावं काय बरं ह्यांची?"

"हांऽ! ही शालू नि ही शेवंता."

...रानगुलाबावरच्या दोन टपोऱ्या कळ्या.

"कशी काय तुमच्या नवऱ्याची तब्येत?"

"घ्या! मरून वरीस झालं की. ह्या पोरी जलमल्या नि वरीस भरातच ते गेलं."

"अरे रे! खूपच वाईट झालं..." क्षणभर थांबलो आणि म्हणालो, "मग आता?"

"आता काय? मी नि ह्या पोरी. राबायचं नि खायचं."

"उद्या येती" म्हणून गेलीस ती आलीच नाहीस...

काकू म्हणाल्या, "न्हवरा मेल्यापास्नं गावगंगा झालीया नुसती. कुणीबी हात धुऊन घेतंय. ताळच सोडलाय तिनं."

"सोडू दे. मनासारखं जगू भोगू दे. नाही तर सगळीकडं चौकटी, पिंजरे आहेतच." मी हे मनातल्या मनातच म्हणालो.

...गावाचं वागणं असंच असतं, त्याला आपली मुखवट्यावरची प्रतिष्ठा जपायची असते त्या संपादकासारखी. कशातलाच तळ हाताशी नसला तरी वरवर तरी नीतिमान असलेलं बरं असतं. नागड्या माणसाला लपायला एक ढाल मिळते.

वरवर मी गप्पच. मात्र मला आत आनंद झाला... सखू, तू मुक्त झाली होतीस. गंगाही तूच आणि काठही तुझाच. खरं म्हणशील तर तुलाच भेटण्याची उत्सुकता

लागून राहिली आहे. गात्रांतल्या पंचमुखांनी तू तुडुंब अनुभव घेतेस. तुला घेण्यातलं आणि देण्यातलंही अवघड सुख माहीत आहे. मुखवट्याखाली दडलेली विकृत रसिकता अशीच असते. चोरून पान्हा पिऊन पोसते ती. लोकात वावरताना ओठ पुसून मोकळी... तू उदंड सच्ची.

गाडी धावते आहे. मनात तुझा विचार; पण बाहेर नजर भिरभिरते आहे. गावे लागताहेत. जुनी गावे ओळखली तरी बदलली आहेत; चांगली कविता पुन्हा अनुभवताना होते तसे वाटते आहे. निर्मितिक्षम शेतं सूर्यरस पोटात घेत आहेत. दुभंगत, माती भुसभुशीत करत राने पावसाची वाट बघताहेत. या उन्हाळ्यातही झाडांना पालवी फुटून त्यांच्या कथा झाल्या आहेत. कुणाच्या अंतर्यामीची ही निर्मिती? यांची निर्माती कोण? ही पृथ्वी की ती पतीच नसलेली स्वयंजननी आदिमाता?... ही वाळलेली गवतं पुन्हा जन्मणार आहेत. कुणाच्या प्रेरणेनं पुन्हा जन्मणार ही? स्वत:साठीच स्वत:चा प्रत्येक पावसाळ्यात नवा उन्मेष त्यांचा...

संध्याकाळ होता होता मी गावात येऊन पोचतो आहे. माझ्या लक्षात काकूंनी आणून दिलं की मी बदलून गेलो आहे.

रात्री तुझा विषय निघाला. तुझी माहिती कळली नि मी उदास झालो. बदली झालेल्या कुणा एका कारकुनाबरोबर तू निघून गेली होतीस.

अविवाहित कारकून. कमावलेल्या शरीराचा एक बेछूट पुरुष. तुला तो हवा होता. त्यालाही तू हवी होतीस. तो गावात आला नि गावाला तू मिळेनाशी झालीस. गावानं त्याची बदली करायला लावली. "सखू, तू आलीस तर जन्मभर तू-मी नवराबायको म्हणून एकत्र राहू. मात्र पोरींची व्यवस्था तुझी तू काही तरी लाव." जाताना तो तुला सांगून गेला म्हणे.

तू बेचैन झालीस. तुला मुलगा हवा होता. देखण्या असल्या तरी तुझ्या पोटी मुली जन्माला आल्या. तरीही तुझ्या मनासारखा तुला मुलगाच हवा होता. का हे मुलग्याचं वेड? मुली का वाईट होत्या? का तुला तुझं संरक्षण करणारा कुणी हवा होता? ... मुलगा हे तुझं स्वाभाविक विरोधनाट्य होतं. तुझ्या नेणिवेतल्या निर्माणक्षम शक्तीनं घेतलेलं ते आव्हान होतं... तुझी बेचैनी मी समजू शकतो.

मुलं नसलेल्यांना, श्रीमंतांना तू गावभर सांगत हिंडलीस. "तुम्हाला जतन करायला पोरी हव्या असतील तर माझ्या घ्या. मी आता हे गाव सोडणार. लांऽब कुठं तरी परमुलुखाला जाणार. जाताना मी कुठंतरी दोघीस्नीबी टाकून देणार. कुणाला जतन करायच्या असतील तर करा. पोरी देखण्या हाईत." तुला खात्री होती की या गावात तुझ्या मुली अन्नाला लागतील.

पण तुझ्या मुलींना स्वीकारायला कुणीच पुढं आलं नाही.

एक दिवस रात्री तू नाहीशी झालीस. मुली घरातच टाकून गेलीस. कुणीच

त्यांना हात लावायला तयार नाही. शेवटी मूलबाळ नसलेल्या सुतारानं तुझ्या शालूला नेली नि टोपल्या विकायला आलेल्या मुरूडवाडीच्या कैकाड्यानं शेवंताला नेली. दोघा घरी दोन.

हे सगळं कळलं नि रात्री अस्वस्थ मनानं अंथरुणावर पडलो. तुझ्या वागण्याचा राहून राहून राग आला. विचार करता करता खोल झाल्यावर तो गेलाही; पण हळहळ लागून राहिली.

मात्र त्या दोघींना बघण्याची मला उत्सुकता लागली. लग्न उरकल्यावर मी गावातच दोन-तीन दिवस मुक्काम केला.

सकाळी उठून काकांच्या सुरेशला घेऊन शालूला पाहायला गेलो. मन कल्लोळत होतं... कशा दिसतील त्या?

सुताराच्या घरी जाऊन पोचलो. नांगराचं रुमणं तासत बसला होता. बसल्या बसल्या त्याला माझ्याविषयी थोडीथोडी माहिती कळत गेली. इकडच्या तिकडच्या गोष्टी निघाल्या. बोलण्यातून तिच्याविषयी थोडीथोडी माहिती कळत गेली. तिला पोटच्या मुलीसारखी त्यानं वाढविली होती. सकाळी ती काम करू लागे. शाळेची वेळ झाली की जेवून शाळेला जाई. सातवीला जाऊन पोचली होती.

जेवण झाल्यावर बाहेर आली. मी तिच्या हातात खाऊचा पुडा ठेवला...तुझंच आत्मिक रूप होतं ते . तुझ्या आवडीच्या खुणा, स्वच्छ साधं हिरवं पातळ. ताज्या ज्वालेसारखा लालसर उजळ रंग. तेच सोनेरी केस, टपोरे डोळे. चेहऱ्यावर प्रसन्न हसरा भाबडेपणा. बोलताना लाजणं. सकाळी फुललेल्या टवटवीत कमळासारखी काया. माझ्या हरवलेल्या टवटवीत कथेसारखी चैतन्यपूर्ण वाटणारी.

मन भरून आलं. डोळे पाण्यानं ओले झाले. मी तिला जास्त वेळ पाहिलं असतं तर कुठल्यातरी सखोल दु:खाचं रडू वर उसळलं असतं.

"जा बाळ आता शाळेला. तुझी शाळा असेल ना?"

"हां!"

ती आत गेली. पिशवी घेऊन समोरूनच शाळेला निघून गेली.

चहा घेतला. सुताराचं मनापासून कौतुक केलं. त्याला समाधान वाटलं. नमस्कार केला नि उसासून उठलो.

"हिच्या लग्नाच्या वेळी निमंत्रण पाठवायला विसरू नका. मला यायचं आहे."

"बरं बरं."

भेटून आल्यावर मनाची अस्वस्थता जाईना. तुझा विचार पुन्हा पुन्हा आतून घोंगावू लागला... शालू-शेवंतांना माझ्याकडं का घेऊन आली नाहीस? मी त्यांना सांभाळलं असतं. काकूंना मी हळहळून बोललो, की ही गोष्ट तुम्ही मला त्याच वेळी कळवली का नाही?

दुपारी मुरूडवाडीला मी आणि सुरेश निघालो. पाचसहा मैलांवरची छोटी वस्ती. जाता जाता सुरेश म्हणाला, ''सहज काही तरी चौकशी करण्याच्या निमित्तानं कैकाड्याकडं जाऊ. लग्नसराई आहे; सनई वाजवायला येतोय काय विचारू.''

''आणि 'हो' म्हणाला तर?''

सुरेश हासला.

''त्याला सनई वाजवायला येत नाही. बुट्ट्या, डालगी हिणून तो विकतोय.''

''बरं.''

मी क्षणभर थांबलो.

थांबून पुन्हा म्हणालो, ''पण मग शेवंताशी बोलणार कसं?''

''बोलू काही तरी निमित्त काढून.''

''ठीक आहे... ती दिसली, दोन शब्द बोलली म्हणजे झालं.''

जाताना उरलेल्या वेळात तुझाच विषय. तू कुठं असशील याचे अंदाज...

वाडीवरचं कैकाड्याचं घर आलं. तो दारातच बडबडत बसला होता. समोर एक पोरगी गोळा करून आणलेली गाढवाची लीद फोडून सारखी करत होती; तिला शिव्या घालत होता. जवळ गेलो तर गावठी दारूचा भसकन वास आला. तो बोलण्याच्या अवस्थेत नव्हता.

''हीच शेवंता बरं.'' सुरेशचा खालचा आवाज.

''हीऽ!'' मी चरकलो. पाहतच राहिलो.

...केसांचा वाख झालेला. रंग तापलेल्या काळपट लोखंडासारखा. त्यावर पुन्हा काळसर चट्टे. घामानं चेहरा मेणचट पिंगट दिसला. अंगावर पोतेरं झालेलं. पोलक्याची उजवी बाही फाटून लोंबतेली. दंडानंच झिंज्या मागं सारत ती लीद फोडत होती. काही तरी कैकाडी भाषेत स्वत:शीच बोलत होती. त्याला ऐकू जावीत अशी प्रत्युत्तरं करीत होती. मी आठवून आठवून दुसऱ्यांदा लिहिलेल्या माझ्या निस्तेज, म्लान कथेची मला खिन्न करणारी आठवण झाली.

मला तिच्याशी बोलण्याचं धाडस झालं नाही. लांबूनच तिच्याकडं बघू लागलो. हातातला पुडा हातातच घेऊन उभा राहिलो... तेच रूप, तेच डोळे, तेच केस. तरुण शालूचाच अवकळा आलेला म्लान अवतार. काजळलेल्या दिवटीसारखी निस्तेज दिसणारी, कष्टानं नि निकृष्ट अन्नानं वाळून गेलेली देहयष्टी.

''कोण पायजे?''

''तुझ्या वडलांकडं आलो होतो.'' सुरेश बोलला.

''त्यो दारू पिऊन ल्हास झालाय.''

''ठीक आहे. मग सकाळी येतो.''

''काय काम हुतं?''

“वाजंत्री ठरवायचे आहेत.”

“बाऽला काय सनई वाजवाय येतंय?”

“नाही?”

“न्हाईबी. बुट्या, शिबडी, सुंब करून इकतूय त्यो.”

“बरं.”

शालूसारखाच किनरा आवाज, पण नाजुकता हरवलेला.

परत फिरलो तेव्हा मनाचे पाऽर कोळसे झाले. हातातला खाऊचा पुडा तिच्या शेजारी नकळत ठेवून दिला. मला भडभडून आल्यासारखं झालं... या पोरीला घरी घेऊन गेलं पाहिजे, तिच्या केसांना तेल लावलं पाहिजे. जन्मभर घामेजणारं अंग साबणानं धुऊन निर्मळ केलं पाहिजे... आपणच तिची आई झालं पाहिजे... पोरकी पोर. मूळ रूप हरवून बसलीय. त्या रूपाची नुसती छाया. एक दग्ध आठवण.

सुन्न होऊन मी गावी परतलो.

नुकतीच सकाळची आंघोळ झाली आहे. खोलीत आलो आहे. उदबत्ती लावून जगदंबेला नमस्कार केला आहे. सखू मनातच भिंतीला पाठ लावून पायावर पाय घालून बसली आहे. तिला हलविली तरी हलत नाही...शालू-शेवंतानं जीव व्याकूळ करून टाकला आहे. काय करावं काही सुचत नाहीये.

सगळा प्रवास टेबलापाशी बसून आठवतो आहे. रसरसून येतं आहे. किती नाट्यमय? कोणत्या अवस्थेत गेलो नि काय भोगून आलो!

...जगदंबा वत्सल डोळे भरून पाहते आहे... तिच्यात मला सारखा सखूचाच, चेहरा दिसतो आहे... अंतर्यामीचे देवते, शालू-शेवंता तुझ्याच ना गं? नुसत्या तुझ्याच नव्हेत तर आवळ्या-जावळ्या तुझ्या. तुझ्या दोन्ही स्तनांची दोन लेकरं. एकाच मुशीतील दोन सर्जने! तरी किती अंतर हे!

...नकळत टेबलाचा खण उघडतो आहे. आठवून आठवून पुन्हा लिहिलेली आणि टाचून ठेवलेली कथा हाताला लागते आहे. नकळत पाने वाचत चाललो आहे. कणव येते आहे. हिला सांभाळले पाहिजे. आपण हिची आई झाले पाहिजे, हरवलेल्या कथेची एक दग्ध आठवण म्हणून ही जवळ ठेवली पाहिजे.

...भडभडून येतं आहे. त्या अवस्थेतच लेखणी घेऊन ‘शेवंतीचे फूल’ असं संपूर्ण विसंगत शीर्षक देतो आहे... ‘सोनचाफ्या’ ची दग्ध आठवण.

कथा टेबलावर तशीच टाकून पडून राहतो आहे. अनेक वाटा एकमेकीत मिसळलेल्या, अनेक वळणांच्या, गुंतागुंतीच्या, जांभळ्या प्रकाशात दिसत आहेत. विस्तीर्ण कुरण पसरले आहे. मधूनच एक नदी वाहते आहे. तिच्या अंतर्यामात एक अथांग निळा डोह, वरती झाडांचा गंगाकाठ. त्यांची अनेक मुळे तिचे पाणी पिऊन वाढताहेत. तिच्यातच आपली प्रतिबिंबे पाहत उभी आहेत. तिच्यातच जन्मत, तिलाच भोगत, तिच्यावरच

पोसत, शाखा विस्तारत आहेत. त्या झाडीत तेजस्विनी सखू आहे, मी आहे... शालू... शेवंता... कथा... मी... सखू... हरवलेला 'सोनचाफा' सगळ्या वाटा गुंतत आहेत... वाटा फुटत आहेत... संज्ञेचे अंतरिक्ष उद्ध्वस्त होत आहे...होतच आहे.

◆

## प्रेमाच्या भरात

**प**हिलं लेखन एकदाचं पूर्ण झालं.

चार-साडेचार तास एका जागी बसून आणि लिहून लिहून अंगाला जागोजाग कढ आले आहेत... तरीही आतून उत्साह आहे. कुठंतरी नायिकेला न्याय दिल्याचा आनंद आहे. मनात जागी झालेली पात्रं अजून आतल्या आत हालचाली करत आहेत. अजून कुजबूज चालूच आहे. माझ्याशीही बोलू बघत आहेत.

त्यांना घेऊन खोलीच्या बाहेर पडावं असं वाटतं आहे. मोकळ्या हवेत फिरून आल्यावर पुन्हा तरतरी येते, थकवा नाहीसा होतो. रात्रीच्या एकातांत मनाला खूपच चालना मिळते. आपण आपले असतो...

मी तसाच बाहेर पडतो आहे.

अकरा वाजून गेले आहेत. गाव शांत झालं आहे, भटकता भटकता गावाबाहेरच्या दिवाणांच्या बंगल्यापाशी आलो आहे. बंगल्याभोवतीनं वाढलेल्या झाडीत दाट काळोख साकळला आहे. डोळ्यांत बोट घातलं तरी दिसत नाही. तरी मी थांबलोच आहे.

...मला माहीत आहे की बंगल्यात दांगडयेलीच्या जंगलात शिकारीला आलेला साहेब आहे. चाळा म्हणून मी अंधुक उजेड असलेल्या खोलीच्या खिडकीखाली जाऊन चाहूल घेतो आहे.

...कुजबूज. खालचे आवाज. कृष्णीचा आवाज ओळखतो आहे. नक्कीच ती आहे... काय हे धाडस! ताणाचा देखणा पुरुष दिसला की हिला हवा असतो. फटाकडी आहे. हिची विषयवासना फार मोठी आहे. स्वत:च्याच धुंदीत असते.

गावाला भीक घालत नाही की संसारात रमत नाही... मला ती आवडली, म्हणूनच मी तिला माहीत नाही ते तिच्यावर लेखन करायला धजलो आहे.

कृष्णे, मामांचा तुझा परिचय होता. तुझ्याबद्दल बोलताना मामा म्हणाले, ''कृष्णी फळकर रेडीसारखी आहे. हिरवं दिसलं तिकडं रानभर पळती.''

...कृष्णे, तुझा-माझा जरा घनिष्ट परिचय असता तर मीच हिरवं रान झालो असतो. तुला अंगावरनं उधळू दिली असती. तुझं गावरान तिखट वागणं एकान्तात कोल्हापुरी रश्श्याच्या आमटीसारखं घटाघट प्यालो असतो... पण ही झूल आड येते.

त्या दिवशी दुपारी मामींच्याशी तू बोलत होतीस, ते बोलणं ऐकून माझी झोप उडाली.''

तू मामीला म्हणालीस, ''सारजाकी, गावात एक सायेब आलाय.''

''कशाला?'' मामी.

''दांगडयेलीच्या जंगलात शिकारीसाठी, गावाबाहीरच्या दिवाणाच्या बंगल्यात उतरलाय. मला सकाळी बलवून न्हेली हुती त्येच्या माणसानं.''

''कशाला गं?''

''जेवणं-पाणी करून घालाय.

''मग?''

''मी जाणार.''

''तुला काय लाजबीज हाय काय गं किस्ने? गरती बाई तू. न्हवरा लागलाय मराय तिकडं.''

''ते खोकाड काय आता जगणार हाय? टीबी झालाय त्येला. उगंच त्येच्या नावाचं गावात घर हाय म्हणून धरून ठेवलाय.''

''काऽय म्हणायचं तरी तुला?''

''खरं ते तुम्हास्नी सांगितलं. असल्या अर्धा जीव गेलेल्या हाडांच्या सापळ्याला तुम्ही तरी न्हवरा म्हनशीला काय? खरं ते बोलावं. लगीन झालं तवाबी ह्यो असाच हाडूकछाप हुता. उगंच आसरा बघून माझ्या आईबांनी गळ्यात हे घुबड बांधलंय झालं.''

''काऽय करावं तरी तुला?''

''खरंच की.''

''सायेब कसा काय हाय त्यो?''

''रानगुलाब हाय नुसता. आभाळी डोळ्यांचा. हासऱ्या चेहऱ्याचा, सोन्यासारखी केसं नि सडासारखं लांब नाक. गाजरागत वाण. बघितल्याबरोबर अंगावर घ्यावासं वाटतं... मी त्येला सोडणार न्हाई. त्या ढाण्यावाघाला दावं लावणारच. एक जरी पोरगं झालं तरी माझ्या जल्माचं सोनं हुईल.''

स्फोटासारखी माझी झोप आत उडाली.

“गाव राखंल का तुला हितं?” मामी.

“गावाचा काय संबंध? माझ्या मनाची मर्जी. मी काय करावं, कुणाला जन्माला घालावं ती ह्या भाद्दरणीची अखत्यार हाय.”

“तसं न्हवं, न्हवरा असून तू असं करतीस, तर गावाच्या रीतीला धरून हुईल का ह्ये?”

“न्हवरा व्हय त्यो? लगीन झालं म्हणून न्हवरा. न्हाईतर नुसता लाकडाचा भवराच की. डाक्टरानं सांगितलंय त्येला जवळ घेत जाऊ नगं म्हणून, न्हाई तर कवाच गेला असता खत होऊन. त्येला पोसती ही गावानं म्हेरबानकी समजावी.”

“गावाफुडं तुझं काय चालणार हाय?”

“सोडून देईन ह्ये गाव. एवढं काय हाय ह्या भिकनुशा गावात?... सारजाकी, जगायचं कशासाठी?”

...तुझ्या ह्या प्रश्नानं मी बेचैन झालो होतो, ‘जगायचं कशासाठी’ ह्या प्रश्नानं एक कादंबरी होईल एवढी उत्तरं दिली मला. तेव्हापासून तू मला आवडू लागलीस. तेव्हापासून तू मला आवडू लागलीस. तुझ्याभोवतीनं मन सारखं रुंजी घालू लागलं. त्या साहेबाला बघण्याची उत्सुकता लागली. हा दिवाणाचा बंगला मनात घर करून राहिला. फुरसद मिळेल तेव्हा तेव्हा मी त्याच्या भोवतीनं घिरट्या घालू लागलोय, चोरून चोरून न्याहाळू लागलोय, आणि आत्ता ह्या क्षणी तर हा बंगला मी मनातच बांधून काढला आहे. त्याची खिडकी न् खिडकी हाताळून बसलो आहे.

...पण कृष्णे, साहेबांच्या नादी लागल्यापासून गावाला तू मिळेनाशी झाली आहेस. गाव तुझ्यावर चिडून आहे. एकालाही तू भीक घालेनाशी झाली आहेस.

...बारा वाजून गेले आहेत.

...पूर्वेला चांद उगवतो आहे.

रुप्यानं उजळणारी पूर्व दिशा.

निवळत जाणारा अंधार.

चांदणं अंगावर घेणारी तृप्त झाडं... आत कृष्णी नि साहेबही तृप्तीनं धुंद.

हे काय? या झाडाच्या सावलीत समोर कुणी तरी दिसत आहे. कृष्णीच्या वाईटावरची गावपात्रं. खून करायला गुंड आले आहेत की काय हे? चार-पाचजण दिसतात. तेच असावेत... नाक कापून बायको पळून गेलेला गोंद्या, बिनलग्नाचा इष्ण्या, कृष्णीशी पूर्वी संबंध ठेवणारा केरबा पैलवान नि लख्या-किशाची जोडी. तीच असणार ही. किती दिवस हे पाळत ठेवून आहेत. साहेबाचा खून करणार की कृष्णीचा? साहेबाजवळ डबलबारी बंदूक आहे. पिस्तूल आहे. कृष्णीलाच लोळवतील हे... मलाही त्यांनी बघितलं असणार. नक्कीच. माझ्याकडंच पाहत झाडाच्या

सावलीत उभे आहेत.

...इथून काढता पाय घेतला पाहिजे. त्यांना पाहिलंच नाही अशा रीतीनं निघून गेलं पाहिजे. उगीच बिलामत नको. त्यांच्या भानगडीत आपण कशाला पडा? गाव म्हटलं की अशा भानगडी नि असे खून त्याच्या पाचवीलाच पुजलेले असतात.

...आणि त्यांनी कृष्णीचा जीव घेतला तर? तर मग...मग?...'मग'ला काहीच अर्थ राहत नाही. कातडीबचावूपणा करतोय आपण. कृष्णीला वाचवलं पाहिजे. मला जसं नीति-अनीतीच्या पलीकडं जाऊन मनापासून जगावंसं वाटतं तशी ती जगती आहे. तिला वाचवलंच पाहिजे.

...हे काय? कृष्णी बाहेरच पडली. आपण इथंच थांबू. कृष्णीला बरोबर घेऊन गेलेलं बरं. काही होणार नाही... सावल्या वळवळताहेत. त्यांचा बेत फसेल. मी कृष्णीला बोलत बोलत माझ्या संरक्षणाखाली नेली तर काय करणार आहेत ते? माझी प्रतिष्ठा ओळखून गप्प बसतील.

कृष्णी रस्त्यावर आली. झाडाखालच्या सावल्यांकडं दुर्लक्ष करून मी धडाडीनं पुढं झालो.

''कृष्णा, अजून इथंच?''

''हांऽ! जरा उशीर झाला. सायबाकडं पाव्हणं आल्यात. त्येंचं खाणंपिणं हुईस्तवर ही येळ आली बघा.''

सावल्या चरफडत मुकाट उभ्या.

''तुम्ही या वक्ताला हिकडं कुठं?''

''चल, तुला सांगतो.'' त्या झाडाजवळ गेल्यावर मुद्दामच मी तसं बोललो. माझ्या बोलण्याचा त्या सावल्यांना संशय यावा, जणू सावल्या म्हणजे कोण आहेत हे माहिती होऊनच मी इकडं आलो आहे असं त्यांना वाटावं. माझ्या दराऱ्यानं त्या गप्प बसाव्यात म्हणून ही युक्ती.

पन्नासभर पावलं कृष्णी माझ्याबरोबर गप्पच आली. सावल्या मागं पडल्या.

''या वाटेनं चल.'' मी.

''का?''

''मी सांगतो म्हणून.''

क्षणभर थांबून ती त्या आडबाजूच्या वाटेनं माझ्याबरोबर येऊ लागली. आठ-दहा पावलं चालल्यावर म्हणाली, ''कुठं न्हेतासा मला?''

''माझ्याबरोबर.''

ती माझ्याकडं हसत बघू लागली. तिच्या डोळ्याला डोळा भिडवत पुन्हा म्हणालो, ''मी कुठं नेलं तर येशील का माझ्याबरोबर?''

''येईन की.''

"कशी काय? भय नाही वाटत?"

"भ्या कसलं? लेखक म्हणून तुम्ही. तुम्ही असं करून करून काय करणार हाईसा माझं?"

मी थोडासा वरमलोच. तिच्या अशा बोलण्यानं माझ्या लेखकपणाची मला थोडी शरमच वाटली.

"तुला ठाऊक आहे, तुझा मघाशी खून पडला असता ते?"

"खून?"

"हां!"

"कशापायी?"

"तू असले उद्योग करतीस म्हणून. या साहेबाबरोबर जातीस असा गावाचा आरोप आहे तुझ्यावर."

"मी कवाच नाकबूल केला न्हाई त्यो. आणि सायबाबरोबर 'मी' जाती, त्येंच्या बायकांस्नी आणून सायबाच्या खोलीत ढकलत न्हाई." तिचं तिखटाचं बोलणं.

"ते खरं."

"मग?"

"तरीसुद्धा गाव तुझा खून करणार आहे... गावाला तू मिळत नाहीस ही त्यातली खरी गोम आहे."

"तसं असंल तर मग खुशाल करू द्यात माझा खून."

"छे छे! असं कसं?"

"ह्या गावात ऱ्हाती, ह्या गावची फळं येऊ देत माझ्या वाट्याला... पर मीबी काय तशी मरणार न्हाई. एकाचं तरी नरडं फोडंल ही वाघीण. ही बघितलीसा काय रापी?"

मी ती चकाकती चकती बघून चमकलो. तिच्याजवळ असं काही असेल याची कल्पना नव्हती... बरोबरच्या पिशवीत ती कायम बाळगून असावी... तरी ती शेवटी एक स्त्रीच. ती पाच पुरुषांपुढं काय करणार?

मी शांतपणे बोललो, "ते ठीक आहे; पण तुझी एकटीची ताकद त्या चार-पाच जणांपुढं किती चालणार?"

"ते का मला ठावं न्हाई? पर मरतामरता एकाचा तरी कोतळा फोडल्याबगार ही भाद्दरीण जीव कसा ठेवंल?... त्या केऱ्या माळ्याला आपल्या पैलवानकीची मस्ती हाय. त्या मस्तीवर त्यो मला बटीक करू बघतोय."

दहा-वीस पावलं ती गप्पच चालली. मग मला म्हणाली, "माणसं मारनार हाईत म्हणून तुम्ही मला आडवाटंनं न्हेतासा?"

"हं!"

"खुळं हाईसा तुम्ही... जावा आता घराकडं गप नि निजा जावा. मी जाती माझ्या वाटंनं." म्हणून तिथंच ती परत जाण्यासाठी निश्चयपूर्वक थांबली.

"नको कृष्णा, हकनाक प्राणाला मुकशील तू."

"जाऊ द्या पराण नि बिराण. तुम्हा घरबैठ्या लोकांस्नीच त्येची अपूर्वाई. आम्हास्नी न्हाई त्येची दिक्कत. कवा न कवा तरी मरायचंच हाय की. आता वाघीण होऊन मरायची संधी आलीया तर का सोडा?" ती माघारी वळली.

मी आडवा झालो.

"हा अविचार आहे. माझ्याबरोबर तू चल. तुला मी सुरक्षित नेऊन शेवटपर्यंत पोचवतो."

"तुम्ही तुम्हास्नी जपा. उगंच आमच्यासारख्या भावल्यांच्या नादानं वाटूळं हुयाला नगं."

"झालं तर होऊ दे, पण तुझे प्राण वाचले पाहिजेत."

"खरं म्हणता?"

"खरंच."

"माझ्या जिवाबद्दल एवढं तुम्हास्नी वाटतं?"

"वाटणं साहजिकच आहे. तुला कळणार नाही ते. चल."

...जे तू जगत आलीस ते अस्सल जगणं आहे. मला ते फार आवडलंय. तुझ्यासारखंच दाहक जगत राहावं हे माझं स्वप्न आहे, पण लेखक असलो तरी मी ते जगू शकत नाही. म्हणूनच लेखक झालो. जे जगू शकत नाही, ते कथा-कादंबऱ्यांतून ओतत, त्याला आकारत राहिलो. तू जे जगत आलीस, तेच मी मनात, स्वप्नात पाहत आलो. असली माणसं समाजात जगली पाहिजे, असल्यांचा खून होता कामा नये. गावाच्या नाकावर टिच्चून तू जग. तुला ठाऊक आहे, तुझा खून म्हणजे माझ्या वृत्तींचा खून आहे ते?...

ती माझ्याबरोबर मुकाट चालू लागली. मी आतल्या आत रसायनासारखा उकळतच राहिलो.

"घर आलं माझं." तिनं मला भानावर आणलं.

त्या उगवत्या नि उसळत्या चांदण्यात मीच भावविवश झालो नि तिला सुरक्षितपणे पोचवून परतलो.

एक वाजून गेला असावा. माझी परतीची निर्धास्त पावलं त्या निवांत चांदण्यात एकटीच आवाज करत चालली. त्यांचाच आवाज फक्त माझ्या कानावर पडत होता. कृतार्थ झाल्यासारखं वाटत होतं... बाजूची आडवाट जिथं धरली तिथं पुन्हा आलो.

दिवाणांच्या बंगल्याकडून आलेल्या त्या जिवंत सावल्या तिठ्यावर थांबल्या होत्या.

मी मुकाट खाली बघून त्यांच्याकडं दुर्लक्ष करून चालू लागलो.

"राम राम साहेब."

"राम राम! कोण हे?"

"वळखलं न्हाई मला? मी किशा गुरव. हे गोंदा, इष्णू, केरबा नि लखू."

"काय रे? यावेळी इकडं कुठं?"

"तुमचीच वाट बघत बसलोय."

"तुम्हाला काय ठाऊक मी या रस्त्यानं येणार आहे ते?"

"ठावं न व्हायला काय झालं? मघाशी आमच्या अंगावरनं गेलासा तुम्ही... आम्हांला न इचारता."

"आरं, त्यास्नी क्रिस्नीला घेऊन जायचं हुतं. मग ते आम्हांस्नी कसं इचारनार? क्रिस्नी त्येंची परनप्यारी." केरबा.

"मला तुम्ही सगळेच सारखे. मी कधीच कुणाशी आपपरभावानं वागत नाही. तुम्ही, तशीच कृष्णाही. परनप्यारी वगैरे म्हणू नका."

"मग कशापायी ह्या आडवाटनं क्रिस्नीला घेऊन गेलासा?" गोंदा थोडा डाफरूनच बोलला.

"तिला धोका आहे असं कळलं, म्हणून तिला पोचवण्यासाठी गेलो होतो." मी शांतपणे म्हणालो.

"पर तुम्ही पाव्हणं माणूस. उगंच गावात वरचेवर येता, आम्हास्नीबी जरा तुमच्यासंगती वाचा फुटल्यागत हुती, म्हणून आम्ही तुम्हाला मानतो. तर त्येचा तुम्ही भलताच फायदा उचलू बघतासा."

"फायदा?"

"न्हाई तर काय? क्रिस्नी ह्या गावची गंगा नि आम्ही ह्या गावचं गावकरी. तर गावच्या भानगडीत तुम्ही ढवळाढवळ करताय."

"ती कशी काय?"

"क्रिस्नीला आडवाटनं घरात पोचीवण्याचा चोंबडापणा तुम्हीच केलासा न्हवं?"

"चोंबडापणा?"

"हां हां! चोंबडापणाच. ह्या गावात भानगडी करायला तुम्हांला कुणी सांगितल्यात? गावात कुत्र्यागत गुमान यावं नि गावाला धक्का न लावता गुमान परत जावं."

"पण एखादा माणूस चुकत असला तर?"

त्येला नका तुम्ही शाणपणा सांगू. गावचं गाव बघून घेईल ते. ह्या गावाला त्येची अशी रीतरिवाज हाईत की."

"एखाद्या अबलेचा खून करणं ही गावची रीत?"

"हां! या गावच्या कुसवाआत जी बाई रांडपणा करती तिचा खून होणार हितं.

तीच गावची रीत.''

''शोभत नाही हे गावाला!''

''ते नगा सांगू तुम्ही.''

''सायेब, तुम्ही तर लेखक माणूस. कुणाच्या अध्यात ना मध्यात पडणारं. आणि हे कसं काय करताय तुम्ही?''

''नाही त्यावेळी मला तरी गप्प कसं बरं बसवेल? एखादी स्त्री खाजगी जीवनात काहीही करू शकेल. तिच्याशी तुमचा काय संबंध? तिला तसं खाजगी आयुष्य जगण्याचा अधिकार आहे.'' माझा सात्त्विक वाद.

सगळे हसले. चांदणं नासलेल्या दुधागत दिसू लागलं.

''हासताय काय? मी कोण आहे याची तुम्हाला कल्पना आहे ना? मनात आलं तर मी वाटेल ते करू शकेन...'' मी थोडा चिडूनच बोललो.

''शेरगावचा असून बराच दिसतोय की रं ह्यो ... ह्येला वडा असा.''

''तोंड सांभाळ.''

''सायेब, आतापतोर बोललासा ते रग्गड झालं. आमच्या हातातबी काय हाय ते न्हाई का दिसलं तुम्हाला?... तुमचाबी जीव घ्यायला आम्हांला उशीर न्हाई लागायचा. असंच करू लागलासा तर पत्त्या न्हाई ते खल्लास हुशीला... तुम्हास्नीबी कल्पना असलंच की आमची.''

''एऽ इष्ण्या, मर्दा, कशाला सांगत बसलाईस त्येला शाणपणा? चल, ती रांड आणि कुणातरी सोद्याला घेऊन दुसरा बंगला घुसंल.''

''तिकडं गेलात तर फुकट फासावर जाल.''

''अस्सं?'' म्हणून त्यांनी आपल्या हातातील काठ्या, कुऱ्हाडी चांदण्यात आपटल्या नि माझ्या नाकासमोर आणल्या.

''का रं एऽऽ भेंडीबुळबुळ्या. लईच तुणतुणं वाजवाय लागलाय.'' केरबा पैलवानानं माझा उजवा हात धरून पिरंगळला... माझा तो लिहिता हात, मला मरणाच्या कळा आल्या. त्याच्या ताकदीची पुरी कल्पना आली.

आता ते माझ्याच जिवावर उठू बघत होते. पाची दिशांनी पाचजण उभे राहिले. मला काठीनं, कुऱ्हाडीच्या दांड्यानं ढोसणत, भाल्याचं टोक माझ्या ढुंगणाला लावत माझी गंमत करू लागले. माझ्या लक्षात आले की माझे प्राण आता ह्यांच्या हातात पूर्णपणे गेले आहेत, ह्या क्षणी मी त्यांना एकटा, एकाकी गावलो आहे. आरडाओरड करून काहीच उपयोग होणार नव्हता. मी आणखीनच उघडा पडलो असतो. प्राणापलीकडे जपलेली प्रतिष्ठा, अब्रू मातीला मिळाली असती. गप बसून ते वागतील तसं वागू द्यावं आपण त्यात आपली सीमा सोडून पडू नये की कृष्णीची वकिली करू नये. त्यांना आपलं शहाणपण सांगायचं कशाला? त्यांच्या स्वभावाप्रमाणं

ते वागतील. आपणाला काय त्याचं? कशाला आपण गोत्यात या?

विचार करून मी निर्णय घेतला नि म्हणालो, "ठीक आहे. मी माझ्या घरी जातो. तुम्हाला त्या कृष्णीचं काय करायचं ते करा." म्हणून मी हळूच त्यांच्या कड्यातून मोकळा होऊन बाहेर पडण्याचा प्रयत्न करू लागलो.

"आता असं न्हाई सईसलामत जायला येणार. आता लांबचा पल्ला गाठलाईसा तुम्ही!"

"मग काय करू म्हणता?"

"क्रिस्नीला तेवढी आमच्या ताब्यात आणून द्या."

"का म्हणून? तुम्ही तिच्या घरावर धाड घालून ठार मारू शकता तिला. मी काय म्हणून तुमच्या भानगडीत पडू आता?"

"तसं न्हाई पाव्हणं, आतापतोर झालेल्या भानगडी निस्तारा म्हंजे झालं. त्या शिकारी सायबाच्या बंगल्यातनं हळूच बाहीर पडली हुती ती रांड. तिथंच तिला आम्ही खापलणार हुतो. तर तुम्ही मधी पडून तिला सोबत केली. म्हणून तर ह्यो घोटाळा झाला."

"मी होऊन तिला तुमच्या ताब्यात देणार नाही." मी निक्षून सांगितलं.

"एऽ खोकडा, बऱ्या बोलानं तिला आणतूस काय कसं?" त्यानं कऱ्हाड माझ्या पोटावर धरली.

मला दरदरून घाम फुटला.

...कृष्णे, तुला वाचवता वाचवता माझा जीव चालला आहे.

"एऽ भेकडांनो, असशीला मरद तर सोडा त्या गरिबाला नि फिरा मागं."

"बाप रे!"

कृष्णी पत्ता नाही ते माझ्या मागोमाग परत आली होती नि बंगल्याच्या वाटेवर त्या पाचहीजणांच्या मागे चाळीसभर पावलांवर जाऊन उभी राहिली होती. शेवटी तीही तिच्या स्वभावावर गेलीच... मोकळं रान. हिरकणीनं काचेवर छेद घ्यावा तसा तिचा आवाज मनावर चिरत गेला.

"मी क्रिस्नी! सायबाच्या बंगल्याच्या वाटंवरच हुबी हाय. तुम्हास्नी काय वाटलं, ह्या पाव्हण्याला तुम्हा लांडग्यांच्या तावडीत सोडून मी घरात बसनार हाय? ज्या गावचं तुम्ही त्याच गावचं पाणी ही भाद्दरीण प्यालीया." ती तडकली.

मी अवाक होऊन पाहतच राहिलो. शेवटी माझे प्राण वाचवण्यासाठी तीच धावून आली. कृष्णा, तूच मला आता तारणारी नि मारणारीही.

मला तिथंच सोडून पाचीहीजण तिच्या अंगावर लांडग्यासारखे धावले. केऱ्या पैलवानानं पहिल्यांदा तिच्यावर झेप घेतली.

"तिला पाड खाली नि कर नागडी. किडा लई वळवळतोय तिचा, त्यो थंड

करू नि मगच खापलू तिला.'' गोंद्या ओरडला.

केऱ्या तिचा हात धरायला गेला नि त्याच्या कोथळ्यात मरणाच्या कळा आल्या. राक्षसासारखा तो 'मेलो गं ऽ आई ऽ' करत खाली कोसळला.

कृष्णीवर मग काठ्या-कुऱ्हाडींची टिपरघाई झाली. ती नुसती पिसाळलेल्या चित्तिणीसारखी ओरडत होती. इष्ण्यानं तिच्या पायांवर काठ्यांचे तडाखे देऊन तिला घायाळ केलं. कोलमडताना तिनं त्याच्या पायावर रापीचे तीन-चार घाव घातले. त्यानं बोंब ठोकली. गोंद्यानं तिला कुऱ्हाडीनं ओल्याकंच झाडावर घाव घालावेत तसं खापललं.

''पाणीऽपाणीऽ'' कृष्णीची हाक.

मी तिला पाणी देऊ शकलो नाही. माझ्या ते हातात नव्हतं. तिची खांडोळी करत असताना तिथल्या तिथं गोठून माझा दगड झाला. अंगावर दरदरून घाम सुटला.

लख्यानं तिच्या नरड्यावर पाय देऊन तिचा दम कोंडला नि तिची अखेरची धडपड विझवून टाकली.

केऱ्या अर्धमेला होऊन कुंथत होता. त्याची आतडी बाहेर आलेली. त्याला पाठकुळीवर घेऊन गोंद्या उभा राहिला.

''चला डॉक्टराकडं. पैलं ह्येला मोरे डॉक्टराकडं न्हेऊन टाकलं पाहिजे. मग बघू फुडचं फुडं.''

तो झटक्यानं गावाच्या दिशेनं चालू लागला. त्याच्या बरोबरच इष्ण्याला घेऊन किशा पळू लागला.

लख्या माझ्याकडं आला, ''सायेब, नका थांबू आता हितं. न्हाई तर त्या रांडंला पुन्ना जिती करशीला.''

''आता कसं शक्य आहे? शेवटी तुम्हीच तुमचं खरं केलं. कृष्णीनंही माझं ऐकलं नाही.''

''अखेरीला खेडवळ असलो तरी आम्हीबी जिती जागती माणसं हाय, सायेब. आम्हास्नी आमच्यापर्मानं वागू द्या. त्यात तुमचाबी मान हाय नि आमचीबी इज्जत हाय... चलतो मी. तुम्ही आता काय लिवायचं ते बिनदिक्कत लिवा... मन थंड ठेवा. उगंच जिवाला लावून घेऊ नका.''

मी परतलो आहे. पहाटेचे तीन वाजले आहेत. मनातली पात्रं पुन्हा तीन-चार तास धुमाकूळ घालून शांत झाली आहेत. प्रेमाच्या भरात कृष्णीला पाठीशी घातली, माझा अलिप्त पाहुणेपणा ढळला, हे कळलं आहे.

◆

# अनवाणी

**व**रात संपली. माणसं आपआपल्या घराकडं गेली. न्हवरा-न्हवरी माणसांच्या पाया पडून आत निजायला गेली. मांडव पातळ हुईत गेला... ह्येनं पावलं उचलली नि त्येंच्याबुडी गल्ली येऊ लागली... उघडीवाघडी गल्ली. दुसरं कुणीच न्हाई. समदा काळामिट्ट अंधार. घरं आपल्या पोटांत माणसं घेऊन एकमेकांसमोर गप बसलेली. ह्येच्या पोटात काय चाललंय त्येला कळायचं न्हाई नि त्येच्या पोटात काय चाललंय ह्येला कळायचं न्हाई. आसरा नसलेल्या कुतऱ्यागत त्यो गल्लीतनं एकटाच येतेला. घामाच्या धारा कमी हुईत चाललेल्या. घाम मांजरपाट कुडत्यात मुरून अंग कोरडं हुईत गेलेलं. जीभ बाहीर काढली नि व्हटावरनं फिरीवली तर व्हट खारट लागतेला. उगवतीकडनं येतेलं वारं लागंल तसं अंग थंड हुईत चाललेलं. वारं एकटंच गावावरनं व्हात जातेलं.

शिरमाचं घर आलं नि त्यो थांबला. मागं-म्होरं बघिटलं. गल्ली गपगार... शिरमी काय करत असंल? तिला नीज लागली असंल का? न्हवरा मरून धा-बारा वर्सं झाली. कशी एकटी ऱ्हाती? कल्लीलाबी न्हवऱ्यानं सोडून दिलीया. तीबी एकटीच... एकाच हातरुणात दोघी निजत असतील. नागड्याच. अंगाला अंग चिकटून... अंगावर अंग घासत असतील... आग आग! दोन्हीबी रांडा जंग. कशा बापयाइदमान ऱ्हात्यात कुणाला दखल? घर आतनं एकदम पेटत कसं न्हाई? तसं पेटलं तर दोघीबी तशाच पळत बाहीर येतील. सगळ्या गल्लीला मज्जा बघाय मिळंल... नागड्या बायका कशा दिसत्यात कुणाला ठावं?

त्येनं दाराला कान लावला. आत गपगार. कायसुदीक आवाज येत नव्हता. हळूच दाराला बाहीरनं जोर लावला. दार आतनं गच्च. कडी लावून घेतलेलं... अंग तापत चाललं.

तिथंच हुंबऱ्यावर टेकला. खाकी चड्डीच्या खिशात हात घालून बसला. पायावर पाय घेटला. मांडी मांडीवर दाबली नि हात बाहीर काढून चुन्याच्या डबीचं टोपाण उघडलं नि बसून चुन्ना-तंबाखू चोळला. ऊनउनीत वारं नाकातनं बाहीर गेलं. चोळलेला तंबाखू मुका घेटल्यागत तोंडात टाकला नि दम आवरल्यागत करून हिकडं-तिकडं बघाय लागला.

"...चला. काय खरं न्हवं."

उठून चालायला लागला. लेजमा खेळून बखुटं दुखत हुतं. आपल्या हातानं आपूणच दाबत त्यो बोळात वळला. बोळ थंडगार... समदी कुतऱ्यागत गप पडलेली दिसत्यात एकमेकाच्या उबीला. पडल्यात का आणि काय करत्यात कुणाला दखल? बाहीरनं तर घरं गपगार बसल्यागत दिसत्यात.

वाट बघत बसलेलं घराचं कुलूप त्येनं काढलं... भलं जंग. एकचा एक हत्त्या नि एकचं एक कुलूप; घरात दुसरं कुलूपबी न्हवतं नि हत्त्याबी न्हवता. जड हातानं त्येनं ते आतल्या दिवळीत ठेवलं. पुन्ना बाहीर यायला नगं म्हणून धोंडबाच्या वळचणीला जाऊन इरागतीला बसला. इरागत झाली तरी तसाच घटकाभर खुळांबला. आतनं धोंडबाचं इवळणं ऐकू येतेलं. अधनंमधनं खोकणं. मधीच बडका गळ्यात अडकायचा. मग जीव नरड्यात आणून खाकरायचा. बडका तुटला की तिथंच भित्तीवर सटकायचा... आयला! म्हातारं मराय लागलंय. पाच-सात पोरांतली तीन-चार जगली. पर एकबी जवळ न्हाई.

इरागतीत थुकून त्यो उठला. भवतीनं काय वाट्टेल ते केलं तरी दिसणार न्हाई असं काळूखं, भुतासारखा त्यो, घरात तिप्पट काळूख. काडी वडून चिमणी लावली. अडदाण दिसली... अवघडून गेलेली. एक जुनी वाकाळ. तिच्यावर काळं धनगरी घोंगडं. ते मातूर जाडजूड. कुठं सूत न सुटलेलं. आकबंद... जाऊन डेऱ्यातलं पाणी प्याला. रातरीचं वरातीच्या आदीचं जेवणं भरपूर झालेलं... लेजमा खेळून समदं जिरलं त्येच्या आयला! उद्या सकाळच्याला सैपाक केला पाहिजे. भरपूर लांब ढेकर नि जांभई एकादम आली...चला, निजू या. एक वाजायला आला असंल, का जागलास नि का बसलास म्हणून कोण इचारनार न्हाई मला.

आडदाणीजवळ जाऊन वाकाळ नि धोंगडं एकदम खाली वडलं. आडदाणीची दांडी एकदम मोकळी, हलकी झाली नि दिव्याच्या भगभगत्या उजेडात तिची सावली भित्तीवर हलू लागली. घटकाभर तिच्याकडं बघत त्येनं हातरुण पसरलं नि दिवा इझीवला. अंगावरची सगळी कापडं काढली, त्याबिगर त्येला नीजच यायची न्हाई.

उघडाच वाकळवर उताणा पडला. अंगावरनं हात फिरवत, गळ्याबुडची मळ बोटानं घासून काढत पडला... चला, शिर्प्याचं लगीन तर झालं. आयला! माझ्यापेक्षा आठ वर्सांनी धाकटं. लगीन करून बसलं. आम्ही असंच. तरुणपण बोंबलत चाललंय. बरोबरीची संसाराला लागून तीन-चार, तीन-चार पोरं झाली. निम्मं संसार सरत आलं. आणखी साताठ वर्सांत ह्येंच्या पोरी लग्नाला येतील. तरी अजून मी मोकळाच... दोस्ताचीच एखादी पोरगी दांडगी झाल्यावर आपलं लगीन व्हायचं. तीबी दोस्तानं दिली तर. तवर जोगत्यागत गावभर हिंडायचं. कवा मिळाला तर रोजगार करायचा; न्हाई तर खुशाल घरात आस्वलागत पडून ऱ्हयाचं.

...घर का काय हे! फुटक्या बुरजातल्या भुयारागत रूप झालंय. ना संसार, ना बाई. ना भाऊ, ना भण. आईबा म्हसूबाला पाठीमागं निवद ठेवून गेल्यागत फुडं गेल्यात... माणसाची जात काय खोडगुणी त्येच्या आयला. 'गण-गोतावळा असला तर' ह्येच्या वाटणीला काय येणार; म्हणून पोरगी द्यायची न्हाई. आता कोणबी न्हाई तर 'ह्येला कोणबी न्हाई. कशी द्यायची लेक घरात?–' म्हणत्यात. आईबा असतं तर ह्येंनीच 'सासू-सासऱ्याच्या जाचात नगं ग ऽ बाई माझी लेक' म्हणून लेक दिली नसती... शिरमीचा एक संसार झाला. तिला आता दाल्ल्याची गरज न्हाई. म्हणून का त्या कल्लीलाबी दाल्ल्याची, संसाराची गरज न्हाई? कसं हुईत असंल तिच्या जिवाचं? माझ्या वयाची तरी असंल ती. दोन वर्सं नुसती न्हवऱ्याजवळ नांदली. आता तशीच सुगीची वाट बघत पडलेल्या उताण्या खळ्यागत पडून हाय ह्याच गल्लीत. ह्याच गल्लीत मीबी. एवढं ह्या शिरमीला कळत नसंल? पन्नासदा तिला चार माणसांकडनं सांगून बघिटलं. मनावर घेत न्हाई रांड! पडा म्हणावं तशाच तुंबलेल्या वघळीगत.

मन घोळवता घोळवता त्येला नीज आली. निजंत इवळायची सवं हुती. अधनंमधनं इवळायचा. जखम झालेलं माणूस औशिदाच्या गुंगीत पडतंय, बडबडतंय, इवळतय, तशी त्येची नीज. जागा हाय का डोळं झाकून बडबडतोय, काय कळायचं न्हाई.

धोंडबाच्या खोकण्यानं नि खाकरण्यानं त्येला सकाळी जाग आली. उताणाच निजलेला. चांगलंच फटफटलं हुतं, वरनं जिकडं तिकडं उजेड दिसत हुता. आढं फाटल्यागत वाटत हुतं. गळ्याची मळ काढत त्यो उठून बसला. घोंगडं तसंच अंगाभवतीनं. कुबट वास त्येच्या नाकात शिरला... आयला! ह्यो वास कशानं येतोय ते कळत न्हाई. समद्या घरालाच ह्यो वास. सारवायचं तरी किती? आणि मला का हे समदं घर आठ आठ दिसाला सारवायला जमणार हाय?... घराला सारीवल्याबिगार घरपणच येत न्हाई, त्येच्या आयला. केर सगळीकडं तसाच. उंदीर न्हाई तर घूस कुठं तरी बिळात मरून पडलेली असणार. त्याबिगार एवढा घाण वास यायचा न्हाई... ही राख एक बुट्टी भरून न्हेऊन उकिरड्यावर टाकून आलं पाहिजे. आठ दीस झालं तशीच पडलीया.

...एकटा काय काय करणार मी? घर सारवायचं, घुसीचं उकीर बुजवायचं, लोटायचं, राख भरायची का पोटाच्या पाठीमागं लागून कामाला जायचं? पडू दे तिकडं... राती जागरण झालंय; पडू या आणि घटकाभर.

त्यो आणि वाकळवर पडला. उगंच डोळं मिटलं... पर डोळा लागंना. त्येचा हात गळ्याबुडी सरकला नि तिथली मळ काढू लागला. पत्त्या न्हाई ते डोळं उघडलं...वरचं आढं डोळं वठारून आपल्याकडं बघतंय, त्येच्या टांगड्या आपल्या दोन्ही बाजूला पसरल्यात, आपला गळा दाबायला ते आता हात घालणार... 'आता ह्या घराची काय येवस्था बघतोस का जीव घेऊ?' त्येचं डोळं ताठ झालं. काजळून गेलेल्या राकट आढ्यावर नजर लावून तसाच पडला... डोसक्यात काय तरी जळमटं आल्यागत झालं नि त्येनं मान झटकली. पुन्ना उठून बसला...च्या तरी करून प्यावा. डोळा लागणार न्हाई आता. कावळा आढ्यावरच बोंबलाय लागलाय.

चुलीतली राख वडून त्येनं चूल पेटवायची तयारी केली. धाटांस्नी काडी लावून मोकळा झाला. पुडीतली च्याची बुकणी चिमटीनं डेचक्यात टाकली. गुळाचा कागूद सोडून दातांनी गूळ फोडला नि डेचक्यात टाकला... घटकाभर धूर झाला नि धाटं तापल्यावर चूल भाक्कदिशी पेटली. आधण सूंऽ करून वाजू लागलं.

ढिगातली राख घेऊन त्येनं तिथंच बसून दाताला घासली नि डेऱ्यातलं पाणी घेऊन तोंड धुवायला दार उघडून वळचणीला गेला. धोंडबा आपल्या वळचणीला बसून रिकाम्या भात्यागत हवा आत घेऊन बाहीर सोडत हुता. छातीच्या बरगड्या वरखाली हुईत हुत्या. दाढीच्या खुट्टांत जळमटं अडकून त्येची खालपतोर तार गेलेली, डुईवर चिंध्या झालेल्या पटक्याचं फेरं सैल होऊन लोंबकळतेलं. भुईकडं बघत त्यो खोकत हुता. किती जरी खोकला तरी बडका तुटत न्हवता. धाप लागत हुती. डोळं पांढरं हुईत हुतं. जीव जाईत हुता.

"का म्हाताऱ्या, दमा लईच झालाय वाटतं?"

"हां!" त्यो डोळं झाकून गप्प. बोलायला जमत न्हवतं.

"उन्हाळ्याचं दीस, कमी व्हायला पाहिजे आता."

"आता कुठला कमी हुतोय? आता जास्तच. मला घेऊनच आता त्यो जायाचा. तिच्या भणं, ह्यो जीव एक झाटदिशी जाईत न्हाई. उगंच नरड्यात अडकून बसलाय." बोलता बोलता धोंडबाच्या घशाची खवखव जरा कमी झाली.

त्येच्या ह्या बोलण्यानं ह्येचं मन जरासं मऊ झालं.

"पोरगा हुपरीला हाय, त्येच्याकडं तरी ऱ्हायला जा. हितं आता तुला नि म्हातारीला निभतंय व्हय?"

"हां! हितं चार दीस जास्त निघतील बाबा माझं." धाप कमी हुईत चालली हुती.

"लेकीबी तीनचार हाईत. त्यांतली एकतरी देऊ ने हुतास गावात? आयता

संभाळ झाला असता. ठकून पांजार झालाईस.''

''हां!''

''च्या घेणार का वाईच? चूळ भरून ये वाटलंच तर.''

''नगं बाबा. आता करंल ती घरात.'' त्येच्या नरड्याला ऊनऊन च्याची आठवण झाली नि आवाज मऊ झाला.

''थोडासा घे. दम्याला चांगला असतोय. ये.''

त्येनं चूळ भरून तोंडावरनं हात फिरीवला नि उरलेलं पाणी भाडदिशी वतून टाकलं. काठी टेकत, वाकतच धोंडबा उठला. तसाच जवळ जवळ पावलं टाकत आत आला.

त्येनं ताटली घेटली. च्या घालून त्येला दिली. घरातली बशी फुटून कप तेवढा उरलेला. त्यात च्या घालून त्यो फुकत फुकत पिऊ लागला. धोंडबानं ताटली तोंडाला लावली... पैल्या घोटानं नरडं शेकलं नि दोघास्नीबी बरं वाटलं.

थाटलीतला च्या संपवून म्हाताऱ्यानं हा ऽ केलं नि जिवाला बरं वाटलं म्हणून डोळं झाकलं. अंगात तरतरी आली.

त्येच्या तोंडावर एकदम हासू आलं.

''का?'' धोंडबानं सजावारी इचारलं.

''का न्हाई. राती एक गमतीचं सपान पडलं.'' त्येनं म्हाताऱ्याच्या तोंडाकडं बघितलं... ''सपनात सायित्री आली हुती. तू हुतास... तू तरणा हुतास.''

''आणि रं?''

''आणि माझं लगीन चाललं... सायित्री शेजारी बसलेली, वरात चाललेली. म्होरं बाणगोळं उडतेलं. पोरं लेजमा खेळतेली. खेळून खेळून एकेकाचं बखुटं दुखाय लागलेलं तरी खेळतेली... तू समद्यास्नी आवरायला सांगितलंस. 'चला, व्हा फुडं. फुडच्या चौकात खेळा! असं म्हणालास.''

''आणि?''

''आणि काय? जागा झालो तर तुझं खोकणं ऐकू येतेलं. अंगाबुडी नुसती वाकाळ. माचा न्हाई नि गाडीबी न्हाई. गॅसची बत्ती दिसंल म्हटलं तर आढ्यातनं उजेड पडलेला दिसला.'' कसाबसा पड्या आवाजात त्यो हासला.

धोंडबाच्या चेहऱ्यावरच्या सुरकुत्या हलल्या. ''पोरा, पोरीला तुला दिली असती तर बरं झालं असतं. लई हाल चाललंय बाबा तिचं. सतरा नवसानं तिला आता कुठं दोन पोरी झाल्या. त्याबी रांडा पोरीच होऊन जल्माला आल्या. न्हवऱ्याचं मनच उडालं तिच्यावरनं. उलट हितं दिली असती तर आता म्हातारपणी माझा सांभाळ तरी झाला असता. पर माझ्याबी नशिबात न्हवतं नि तुझ्याबी नशिबात ती न्हवती. तिच्याच मनात न्हवतं तर काय करणार? बायकूनंबी भिवशीची जागा काढली.''

...त्येला ऐकत ऱ्हावं असं वाटतेलं.

"येता का आत घरात? मी जरा परसाकडं जाऊन येती." धोंडबाच्या बायकूनं तांब्या हातात घेऊनच दारातनं हाक मारली. समोर हुब्या असलेल्या कुत्र्याला हात वर करून हाकललं. धोंडबा कंबारडं धरून काठीवर जोर देत उठला.

म्हातारा दारातनं बाहीर गेला नि दार तसंच आऽ करून त्येच्याकडं बघत बसलं... रिकाम्या; दारात पुन्ना कुतरं हुबं ऱ्हायलेलं... ह्या म्हातारडीनंच समदा घोटाळा केला. ह्या रांडंचं काय गेलं असतं? उलट घराजवळ लेक आली असती. आयता घरजावई मिळाल्यागत झालं असतं. नशिबात नको रांडंच्या?...

उठला नि घागर, बारडी घेऊन आडाचं पाणी आणाय चालला. दाराला कडी लावून कुलूप घाटलं. बोळ सोडून वाटंवर आला नि समोर शिरमा आंघुळीला बसलेली दिसली.

अचानक पायाबुडी सुरूंग उडावा तसा धडाडला. ती पाठमोरी बसली हुती. लालट गोरं जंग अंग. जुनेर सैल झालेलं. कमरंबुडी घसरत गेलेलं. पाठीची पन्हाळ खोल. तिरकी बसलेली. गुडघं अंगाबरोबर घेटल्यानं थानांवर रेटा बसलेला. पाठमोरी असूनबी थानं काखंतनं डोकावताना दिसत हुती. खांड्यावर घेटलेलं पाणी थेट पन्हाळीत पडून खाली उतरत हुतं. घामट पाठीवर ठेंबाठेंबानं ऱ्हाईत हुतं.

त्यो तिथंच थांबला.. हिच्याजवळ जावं काय? हिला पाणी घालावं. दोन दोन बारड्या हिच्या अंगावर वतून अंग चोळावं... काय अंग हे! हिच्या न्हवऱ्याला हिला पाठीमागं सोडून जावं तरी वाटलं कसं? वाया चाललंय समदं!

आंघूळ करून शिरमा चटाकदिशी उठली नि तशाच वल्ल्या जुनेरानं घरात शिरली. त्यो ठिकाणावर आला. पावलं फुडं पडली. गल्लीत जातानं शिरमाच्या घरात डोकावला. ...आत अंधार.

खाल मुंडी घालून रस्त्यानं चालला. दीस भगभगत वर येतेला. गावच्या उगवतीचं माळरान भगभगीत दिसतेलं. त्येच्यावरनं खालतं भिवशीला पायवाट गेलेली... आज काय रोजगार न्हाई. काम न्हाई, धाम न्हाई. सायित्रीची गाठ घेऊन यावं... त्याबी रांडंनं फशीवल्यागत केलं. लहानपणापासनं समोर वाढली. दडूनमडून खेळतानं घरात दडली. वळचणीला जेवणापाण्यानं खेळली. जोडीजोडीनं ढोरं राखली. हासली. जुंधळ्यात जाऊन शेंगा चोरल्या. भ्या दावायला म्हणून गेलो नि अचानक मिठी मारली. काय बोलली न्हाई... काय बोलणार? तिलाबी मी पाहिजेच हुतो... आतासुदीक मिठी मारली तर काय बोलणार न्हाई. आता तर लगीन झालंय. दोन पोरी झाल्यात. न्हवरा हाय. तिची माझी लहानपणापसनंची वळख. मैतराला ती काय 'न्हाई' म्हणणार हाय?...

..."सायित्री, तुझ्यासंगं मी लगीन करणार हुतो."

"व्हय, पर त्येचं काय आता?"

"ह्या तुझ्या दोन पोरी माझ्या पोटच्या झाल्या असत्या."

"हं!"

"तू माझी बायकू झाली असतीस."

"व्हय की."

"बायकू म्हणून तुला मी अशी मिठी मारली असती. सोडली नसती तुला."

"..."

"फुलात ठेवली असती. घाम गाळला असता नि तुला सोन्यानं मढीवलं असतं."

"सदा ऽ!"

"सायित्री..."

सोप्यात भरलेली घागर नि बारडी ठेवून त्यो लटपटाय लागला. अंगातलं रगत तापत चाललं. चुनखडी टाकलेल्या पाण्यागत उकळाय लागलं. त्या दणक्यात त्येनं गपागपा राख भरली. ती टाकून आला. भांडी घासून सगळी शिळ्या पाण्यानं धुवून काढली. निर्मळ दिसली. तशी ती फळीवर एखाद्या बाईनं रचावी तशी एकावर एक मांडून ठेवली. घोंगडी-वाकाळ तसंच अडदाणीवर टाकलं हुतं त्येंच्या घड्या करून त्या शिस्तीनं टाकल्या. झटाझटा साळूता फिरवून सगळा केर काढला... घरात कोण तरी नवी बाई यावी नि तिनं समदी शिस्त लावावी, असं घर निर्मळ केलं.

भिवशीची वाट पायांखालनं सरकत हुती. वताडांतनं, वड्यांतनं वरखाली हुईत हुती. माळ सपला की थोडी रानं. मग घनदाट वाघाट्यांच्या जाळीची पांद. पुन्ना माळ, माळच माळ, कुतरंसुदीक न्हाई. वघळी, वताडं बेवारशागत उन्हात तापत पडलेली आडवाट. आंब्याची झाडं जमिनीत पाय बांधून घाटलेली. हालचाली करता येणार न्हाईत अशी... कुणाचा कुणी जीव घेटला, अब्रू घेटली तरी वळखू येणार न्हाई. हिकडं माळ नि तिकडंबी माळ. माळच माळ. काय वाट्टेल ते करा. किक्काळ्या फोडल्या तरी कुणाला काय ऐकू जाणार न्हाई.

त्यो एका वताडात आला. चारी बाजूला कुणी न्हाई. सारीकडं माळ. भल्या जंग आडोशाची दगडं घेऊन वताड दबा धरून बसल्यागत दिसतेलं... सायित्रीला घरातनं बाहीर काढायची नि ह्या वताडात धरायची. ती काय "न्हाई" म्हणणार हाय? जीव घेईन तिचा हितल्या हितंच. वताडात दगडाआड टाकीन नि फरारी हुईन. एकटा जीव. परमुलखाला गेलो नि नाव बदलून कुणाच्या तरी मळ्यात चाकरीला ऱ्हायलो तर मला कोण वळीखणार हाय?... न्हाई म्हणत हुती मला काय? तिचा खरा न्हवरा मीच. ह्यो मागनं आलाय सुक्काळीचा. मला लगनाआदीच सोडलेला. पर मी न्हाई आता सोडणार. का म्हणून सोडायचं? कुठं जायचं मी? तिनंच जल्माचं वाटुळं केलं माझ्या. लगीन केलं असतं तर का वंगाळ झालं असतं? मी रांकेला लागलो असतो. म्हाताऱ्यालाबी कुणी तरी सांभाळायला झालं असतं? म्हातारडीलाबी. न्हाई

तरी आता दोन भुतं बसल्यागत बसून ऱ्हात्यात. कळा हाय का त्या घराला? ... दोन्ही घराचं वाटुळं करून बसली ही. ह्या वताडातच तिला धरायची. घोळसायची नि गावाकडं घेऊन जायचं. काय करणार हाय तिचा म्हातारा नि म्हातारडीबी? 'आणली चार दीस' म्हणायचं 'तुमचं हाल बघवंना म्हणून.'

वताड चढून मैलभर गेला नि समोर भिवशी दिसाय लागली.

चौकशी करत करत त्यो सायित्रीच्या गल्लीत दत्त झाला. तोंडावरच्या घामाच्या धारा कुडत्यानं पुसत दारात येऊन हुबा ऱ्हायला.

"सक्करवाडीच्या, धोंडबा पटाऱ्याची सायित्री हितंच दिलीया न्हवं?" मधघरातल्या चौकटीत बसलेली म्हातारी मिचमिच डोळं करून बघाय लागली. "कोण पाहिजेऽ?" तिनं आवाज चढवून इचारलं... तिनं आवाज चढीवल्यावर आतनं सायित्रीच आली.

"सदूदा!"

त्येला बरं वाटलं.

"आत ये की."

आतनं एक तरणी पोरगी डोकावून गेली.

"कुणीकडं गेला हुतास? आणि बरा फिरलास गा हिकडं? बरी आठवण झाली?"

"तुझ्याकडंच आलोय. म्हाताऱ्याला दमा जास्त झालाय. तुला बघावंसं वाटतं म्हणाला. आताच्या आता घेऊन यायला सांगिटलंय." त्येच्या चेहऱ्यावरनं घामाच्या धारा गळतच हुत्या.

"आगंऽबाई!" तिच्या काळजाचं एकदम पाणी झालं.

"तसं काळजी करण्याचं काय कारण न्हाई. तसं बरं हाय त्येला. पर तुला बघायला ये म्हटलंय."

"दादा आलाय हुपरीसनं?"

"परवादिशीच येऊन गेला. अधनंमधनं येतोय त्यो. तूच साल दीड साल झालं आली न्हाईस."

ती गप बसली. उठली नि पाण्याचा चेपलेला तांब्या घेऊन बाहीर आली. "चूळ भर. हातापायांवर पाणी वतून घे."

त्यो उठला, ती आत गेली. तरण्या पोरीला तिनं न्हवऱ्याला बलवून आणायला लावून दिलं. सैपाकघरात तिच्या दोन्ही पोरी कोरडीच भाकरी कुरतडत बसल्या हुत्या. च्याला आधाण ठेवून ती बाहीर आली. म्हातारी ओरओरडून चौकशी करत हुती. तिला सायित्रीनं जवळ बसत, आवाज चढवून सगळं सांगितलं.

समोरच्या भित्तीकडं बघत ती म्हणाली, "हां हां! त्येला इचार नि ये जा जाऊन." ती गप्प बसली.

सायित्रीचं डोळं पाण्यानं भरत हुतं. "आई ते बरी हाईत न्हवं?"

“हाईत की. तसं काय काळजी करण्याचं कारण न्हाई.”

“दादा काय ऱ्हायला न्हाई व्हय गा चार दीस?”

“हां! त्यो कसा ऱ्हाईल? हुपरीला धंदा हाय त्येचा.”

“गुदस्ताच तरी मी म्हणत हुती आईला, आण्णाला तिकडं दादाकडं घेऊन जा म्हणून.”

“त्येनं न्हेलं असतं की. पर म्हातारा-म्हातारीच्याच मनात न्हाई असं दिसतंय.”

“आईची नि वैनीची भांडणं हुत्यात गा.”

“म्हातारी पटवून घेती कुठं? जरा कडकच हाय. नि इचार करून वागली असती तर असं का वाटुळं झालं असतं?”

तिनं डोळ्याला पदर लावला. अंगावर इटकं जुनेर, गुडघ्यांच्याबी वर आलेलं. काळं मिचकूट झालेलं. दंडावर चोळी फाटलेली. अंगात सैलभुसूक झालेली. त्यातनं लोंबकळणाऱ्या दोन सपाट पिसव्या सारख्या बाहीर येतेल्या. पुन्ना पुन्ना ती आत सारत हुती; पर हात हलला की त्या हळूच बाहीर यायच्या. पाय मळीनं भरलेलं. टाचांस्नी दांडग्या दांडग्या भेगा पडलेल्या... त्यो तिच्या शिळ्या झालेल्या रूपाकडं बघत हुता नि बोलत हुता.

ती पोरगी नि न्हवरा कुठनं तरी आली. गांधी टोपी घाटलेला न्हवरा. अंगात मांजरपाटाचं जाकीट. कमरंला खाकी दणकट चड्डी. तिच्यावर दोन्ही बाजूला मागनं चौकोनी ठिगळं वाकळंच्या दोऱ्यानं शिवलेली. दाढीचं खूट वाढलेलं. आला नि तसाच सोप्यात बसला. सायित्रीनं डोळ्यातलं पाणी पुसलं.

“राम राम.”

“राम राम.”

“सक्करवाडीस्नं आलासा?”

“हा.”

“हिचं कोण तुम्ही?”

“मी शेजारी. ह्यंच्या घराम्होरंच ऱ्हातो. म्हाताऱ्याला दमा लई झालाय. म्हणून सायित्रीला न्यायला आलोय.”... पाणी प्याल्यावर पोटात गार हुईल तसं त्याला पुन्हा घाम येऊ लागला.

“ते न्हवं, पर हिचा भाऊ कुठं गेला? तुम्हांला कवा बघिटलं सुदीक न्हाई मी.”

त्यो गप्पच बसला.

“लहानपणापासनं आमच्या समोरच ऱ्हात्यात. आमच्या घरातल्या सारखंच हाईत.” सायित्री.

“पर घरातली माणसं का समदी मेली का?”

“पाव्हणं, भाऊ असतोय हुपरीला. त्यो हाय त्येच्या धंद्यात. घरात दोन्हीबी

म्हातारी माणसं, पोरीला बलवायला येणार कोण? तुमच्या बायकूला लावून देणार असशील तर द्या. जोरा न्हाई, उगंच त्या म्हाताऱ्याचा जीव तळमळाय लागलाय म्हणून मी आलोय. न्हाई तर मी तरी कशाला येतोय माझी कामं सोडून?''

त्येचा आवाज मऊ आला. ''तसं न्हवं. घेऊन जावा खरं. ती काय धार देत न्हाई मला, पर आजपतोर तिच्याकडं कुणी ढुकनबी बघायला तयार न्हवतं, ते आता कशा आठवणी झाल्या ऽ म्हणतो?''

''कोण बगणार? तिचं तरी कोण हाय आता? त्या दोघांस्नी बसला जागा उठवंना झालाय.''

न्हवरा गप बसला. तिनं दोघांस्नी च्या आणून दिला.

सायित्रीनं तयारी केली. तीन वर्सांची पोरगी हाताला धरली नि बारकीला काखंला लावलं. एक बोचकं डुईवर. जाता जाता तिनं इचारलं, ''चपल्या घेऊन जाऊ व्हंजी तुमच्या?''

''आणि मला गं? रानात काम करताना का कुणी पायघड्या घालणार हाय? तू आता काय माळाच्या वाटंनं चालतच जाणार हाईस. काटंकुटं न्हाईत माळाला. जा की.'' तरणी पोरगी बोलली.

''तीन वर्साच्या पोरीचा हात धरून ती ऊनातच बाहीर पडली. अंगावर विटकं मळकट लुगडं हुतं. पोरींच्या अंगावर तीच कापडं.

ऊनात बाहीर पडल्यावर पायाला चटकं बसतील तसं पोरगी रडाय लागली.

''लागलीस का रडायला?'' म्हणून तिनं त्याच हातानं एक धपाटा घातला नि तिला फरफटत न्यायला लागली.

त्येनं पोरीला उचलून घेटलं.

''कशाला घेतोस? चालू दे तिकडं. का आता ल्हानगी न्हाई काय न्हाई.''

''असू दे. लगालगा जाऊ या. ऊन झालंय.''

त्यो त्या पोरीला घेऊन चालायला लागला.

माळ वलंडला. भिवशी मागं पडली. शेतं संपली. दुसरा माळ लागला. तो तिच्या बरोबरच चालाय लागला... पोरगी घाम्याघूम होऊन चपचपत्या उन्हात मान टाकून त्येच्या खांद्यावर निजली. सायित्रीच्या कपाळावर, व्हटावर, केसात घाम साठत चालला. अनवाणीच चालत हुती. डोळ्यांतनं धारा लागल्या हुत्या.

''तुला आता रडायला काय झालं, सायित्री?''

''सदूदा, तू देवासारखा धावून आलास बघ.''

''हं.''

''तू आलास म्हणून तर माझी सुटका झाली. न्हाईतर कोण सोडणार हुतं मला हितनं?''

“एवढं हाल हुईत हुतं तर आली न्हाईस कवा गावाकडं?”

“कशी येणार? कोण बलवाय आल्याबिगार लावून तरी देणार कसं?”

“तुझ्या भावाला अजिबात दया-माया न्हाई म्हणनास. एकाबी भनीची त्येला आठवण हुईत न्हाई.”

“कुणाला ठावं? धंद्यातनं सवड हुईत नसंल त्येला.”

“न व्हायला काय झालं? आतडं असतंय ते. पोटात माया असली तर मेल्यावरबी माणूस भूत होऊन आपल्या माणसाला बघायला येतंय.”

“तसं कुठलं माझ्या नशिबात व्हायला आलंय, सदूदा?”

“बायकूच्या मुठीतला झालाय बघ त्यो. आई-बाऽलासुदीक बघत न्हाई.”

“...आण्णाला खरंच दमा लई म्हंजे लई झाला काय गा?” तिची वाढलेली काळजी.

“तसा लई झाला न्हाई. हाय तसा हाय. पर खंगाय लागलाय. हाडं उरल्यात नुसती.”

“आई बघत न्हाई गाऽमाझी. सारखी आण्णासंगट भांडतीऽ.”

ती हांऽ म्हणून रडायलाच लागली. तिच्या रडण्यानं काखंतल्या पोरीला जाग आली. माळावरच्या उन्हात ती लुकलुक डोळ्यांनी आईच्या तोंडाकडं बघू लागली.”

सदा येडबडून गेला. त्येचं काळीज हललं.

“आगं, रडतीस गं काय म्हणून खुळ्यागत?”

“काय करू गा ऽ दादा ऽ! कोण हाय मलाऽ? ह्यो म्हेणत्या तर काय काम करत न्हाईऽ. खुशाल जाऊन रामाच्या फरशीवर सुस्त पडतोय. राबणारऽ कोण? ह्या दोन्ही पोरी घरात टाकून कामाला जातानं आतडं तुटतंय माझं. म्हातारीला पोरींची माया तर ठेंबभरबी न्हाई. ‘सगळ्या रांडा पोरीच कशा जन्माला आल्या? पोसून शेवटी दुसऱ्याची धन.’ म्हणून वराडती. तशाच दीसभर पडत्यात घरात. सांजकरून रोजगारास्नं आल्यावर मी बघायचं. येकाळून येकाळून रडून निजलेल्या असत्यात.”

थोरल्या पोरीनं सदाच्या खांद्यावर मान टाकली हुती. तिच्या मऊमऊ सुकलेल्या नि पडवळागत झालेल्या पायांस्नी त्यो कुरवाळत हुता. सायित्रीसंगं चालत हुता... तिच्या डोळ्यांतल्या धारा व्हटावर घाम गळल्यागत गळत हुत्या.. ठकली हुती. काखंतली पोरगी कावरीबावरी झालेली. तिच्या डुईला तेलाचा थेंबबी न्हाई. पोर असूनबी डोळं आत गेलेलं. मुटकुळा होऊन ती बसली हुती... आपून आईच्या काखंत हाय, हेच सुख तिला त्या ऊनात मिळत हुतं.

वताड आलं. दोघं घळणात उतरलं. खोल खोल वताडात शिरलं. मागं फुडं नुसता माळच माळ. उनाची भरचक्का येळ. भवतीनं त्या दरडींनी दबा धरलेला. वराडलं, किच्चाळलं तरी कुणी येणार न्हाई अशी जागा. सदा थरारला. त्येच्या

काळजात जास्तच धडधडाय लागलं. हातपाय ताठ झाल्यागत वाटलं. डोळं दांडगं दांडगं करून त्येची नजर आसपास फिरू लागली... काळं काळं हुबं कातळ हत्तीच्या अंगासारखं भुताचं पुतळं हुबा केल्यागत वाटणारं. त्येनं सायित्रीकडं बघितलं. तिच्या डोळ्याला खळ न्हवती. उजवा हात गठळ्याकडं न्हेतानं खाली थानांच्या पिसव्या बाहीर आलेल्या. त्यातलं एक एक तोंडात धरून पोरगी रबरागत वडतेली. लिबलिबीत. सायित्री आपल्या नादातच खाली बघत चाललेली. ह्येच्या खांद्यावर पोरगी गडद पडलेली. तिच्या पायांची पडवळं ह्येच्या छातीवर हलतेली.

घळाण सपलं. सायित्री चालतच हुती. सदा पायांस्नी रेटा देत देत वर आला. बळ सरल्यागत, पाय ठकल्यागत त्येला वाटत हुतं. पोटात खड्डा पडल्यागत झालेलं. उजवा हात पोरीला धरून अवघडून गेलेला. डावा हात इनाकारण लुळा पडल्यागत झालेला. अवसान गेलेलं.

...अनवाणी पायांनी सायित्री लगालगा चालतेली. पायावर माळाची भगवी धूळ बसलेली. चालण्यानं फुफूटा उडतेला. वरनं ऊन मी म्हणतेलं.

"सायित्री, पायताण घाल हे माझं."

तिनं गळक्या डोळ्यानंच त्येच्याकडं बघितलं. "नगं. असू दे. काय हुईत न्हाई मला."

"नगं नगं. घाल हे. बाप्याला का धाड भरती." त्येचा आवाज घोगरा हुईत गेला. गळा दाटून आल्यागत झालं. तिची नजरानजर झाली. त्येनं तिच्याम्होरं पायताण काढलंबी.

"दादा!" तिच्या धारा.

"सायित्री!" त्येचा आवाज जास्तच घोगरा. "काय हालहाल करून घेटलंईस हे जल्माचं? माझ्यासंगट लगीन केलं असतंस तर काय वंगाळ झालं असतं? उपाशी ऱ्हाऊन मी तुला फुलात ठेवली असती."

ती काय बोलली न्हाई. तिनं डोळं फुसलं. खाली बघून चालू लागली. माळाचं टेकाड लागलं तसं वारं सुरू झालं हुतं. दीस डुईवरनं खाली घसरत हुता. ऊनाच्या झळा अंगावर सांडत हुत्या तरी वाऱ्यानं बरं वाटत हुतं.

त्येचा हात जास्तच अवघडून गेला हुता. खालच्या फुफुट्यातली आग तळव्यांस्नी होरपळत हुती. फुडचा माळ तर उनाच्या झळांनी लकलकून पातळ होऊन थरथरतेला.

सायित्रीला आता वाट वसरू लागली. पायताणाचा आधार झाला हुता... रणरणतेलं ऊन नि सायित्रीच्या पायातलं पायताण बघून त्येच्या ध्यानात आलं की हुब्या माळावर आता आपूण एकटंच अनवाणी चाललोय...

◆

## प्रत्यय

...झबझब झबझब आवाज होतोय...पावसाचा आवाज. ह्या आवाजाला वास असणार. जिथं जागा आहे तिथं तिथं भरून राहणारा वास धुंद वास आणि लयबद्ध झुबका...छान कल्पना आहे...सगळं वासमय, सगळं आवाजमय होऊन गेलं आहे. निसर्गाचं असंच असतं. एक काहीतरी प्रभावी होत असलं की तो निसर्ग तेच होऊन राहतो. वादळ होत असलं की सगळी झाडं त्यात सामील होतात. झिंजाडून उसळायला लागतात. जागा सोडून देऊन वाऱ्याबरोबर उडू बघतात. एरवीचं शांत पाणी वादळाशी एकरूप व्हायला लागतं. वादळी व्हायला लागतं. वाराही वादळी, ढग वादळी, आभाळ वादळी...सगळा निसर्गच वादळी.

...आपण कसे अलिप्त असतो. घराच्या आत आपली खोली. खोलीच्या आत आपलं आंथरुण. आंथरुणाच्या आत उबेसाठी कापूस. त्या कापसावर डिझाईनचे बेडशीट. त्यावर छानदार रंगीत पांघरुण. त्या पांघरुणाखाली आपण... किती पदरांखाली आपण सुरक्षित आहोत. आपण आपल्यापासून लांब लांब आहोत.

...सगळं शरीर उबेच्या स्वाधीन. कानसुद्धा शांततेच्या स्वाधीन होण्याची इच्छा करीत आहेत. डोळे मात्र उघडे. झाकले तरी उघडे. कुठं तरी जगात राहणारे. काही तरी आपल्या इच्छेनुसार जगवत राहणारे. न ऐकणारे बेछूटपणे. बाकी सगळं सुरक्षित. जगापासून अलग. ही घराचीच कमाई...

...आपण घर बांधलंय. सिमेंट काँक्रीटच्या चार भिंती खंबीर आहेत. पाण्याचा थेंबही आत येणार नाही इतकं वर बंदिस्त... वादळ घरावरून जाईल. घरात शिरणं

त्याला अशक्य. अशा माणसांच्या घरात येण्याची त्याची इच्छाही नसेल... घर वादळी होऊच शकत नाही. ते अलिप्तच. हलूही शकणार नाही नि उडूही बघणार नाही, घराच्या स्वभावात उडणं नसतंच मुळी. काहीही झालं तरी एका जागी मातीत रोवलेल्या पायांवर उभं राहणं. नाहीसं व्हायचं असेल तर फक्त ढासळायचं. जन्मभर असं एका जागीच थांबलेल्याच्या नशिबी शेवटी ढासळणंच येणार. माणूस ढासळतो. माणूस माणसातच थांबतो. पाणी मात्र कोसळतं. दुसऱ्यावर जाऊन आदळतं. दरीतल्या, कड्याखालच्या खडकावर त्याचं आदळणं पाहता येतं. ढग होऊन ढगावर कोसळणं, पाऊस होऊन कोसळणं, किनारा असेल तर लाटा होऊन लाटांनी स्वत:वरच कोसळणं. ह्यालाच जीवन म्हणतात. घराला घरटं म्हणतात, आणि त्यात राहणाऱ्याला घरकोंबडा म्हणतात. भिंतीच्या आत त्याचं आणि घराचं काही न्यारंच. त्याचं त्याच्या पुरतं... अगोदर घराला कुंपण. त्या कुंपणाच्या आत कुणी यायचं नाही. आलं की कुत्रा ऽऽऽ! वॉऽऽव! अरे बाप रे!... फुलं कुणी तोडायची नाहीत. ती सुंदर, गोजिरवाणी असतात; तरी भोगायची नाहीत. ती भोगली की घराची प्रॉपर्टी जाते. घराचं कुणीच काही तोडायचं नाही. घराची शोभा जाते. घराचा अहंकार रंगीत उग्र. सिमेंट काँक्रीटचा तयार केलेला. आतून पोकळ. या पोकळीशी बाहेरचा संबंध नाही...

...आपलं लक्ष आपल्या जवळ आलं आहे. आपण पोकळ होत आहोत. अवकाशात नकळत विरघळून जात आहोत. शरीराची चवसुद्धा उरत नाही... एक काळी पोकळी. दिसत नाही म्हणून काळी...हिच्यात मनाला धुंडाळता येतंय. अनेक सूक्ष्म एकटीच अंतराळं आपआपल्यालाच धुंडाळत आहेत. एकमेकांना छेदून पुढं जात आहेत. पुढून पाठीमागं सरकत आहेत. पुन्हा झळळकरून वितळत जाणाऱ्या मेणासारखी पसरत आहेत...उमलून त्यांची फुलं होतात. नुसता रंग असलेली फुलं पुन्हा अंतर्मुख होत फुलांच्या पाकळ्या कळ्यारूप होताना दिसतात... सगळं काळं... सूक्ष्म ठिपशा ठिपशांचं काळं.

...हळूहळू काळ्यातून लाल स्फुरणं... ह्या स्फुरण्याला काय म्हणायचं? दुसरा काही त्याला अर्थ नाही. आवाज नाही. आकार नाही. निराकार स्फुरणं. सगळेच आकार खरे तर हरवलेले. लाल स्फुरण्यानं सगळं जांभळं होतं... आपण एक जांभळं जांभळं.

...आपल्या जांभळ्या-जांभळ्याला एक तिरपा तडा चालला आहे. तडा म्हणजे रेघ. तडकत जाणारी नव्हे. स्वेछेनं चालत जाणारी. खालच्या डाव्या कोपऱ्यात वेदनांचा पुंजका उठवून वर सरकणारी. वरच्या उजव्या बाजूला चढणारी.

...चढता चढता एक उजवा पापुद्रा गुंडाळत जात आहे. गुंडाळताना सुरळी होत नाही की घडी होत नाही. जांभळ्यात जांभळं मिळत जाणं. खाली सुरेख प्रसन्न

प्रकाश. शांत झुळझुळणारा. —खरं तर भळभळणारा... पण झुळझुळ ओढ्यागत भळभळणारा.

...रेघेच्या उजव्या बाजूचं जांभळं संपलं आणि ओढाच सुरू झाला... लांबून येणारा ओढा. दूरच्या डोंगराच्या कानातून पहिल्यांदा उतरताना दिसणारा... अरे ओढ्या, असा चोरासारखा गप्प का? काहीतरी आवाज कर ना. सगळंच कसं आवाजाशिवाय जगायचं? आणि तुझं तर नाव ओढा. हे कसलं मुक्यामुक्यानं वाहणं?

...कोण हसलं? ही काय हसायची जागा आहे?...पण बरं झालं हसलात ते. तुमच्या हसण्यानं इथं खड्डा पडला... आत्ता ओढ्याचा आवाज सुरू झाला... पण हा आवाज धबधब्यासारखा का येत नाही? गदगदून सतत चाललेल्या हसण्यासारखा येतो. हसण्यानं तयार झालेल्या खड्ड्याचाच गुण लागला हा.

...ओढ्यावर झाडंही आली.

झाडांवर पक्षी आले...

रंगीत रंगीत पक्षी.

...खरं म्हणजे ओढ्याला अगोदर काठ आले, आणि काठांवर ढगासारख्या पॅराशूटमधनं झाडं उतरली! ... नमस्कार! वारा येतोय बघा. शेकडो रंगाचे तुषार असलेला वारा... पण मुळात काळा. झालं! तुमच्याही झिपऱ्या खाली आल्या... वा वा! हे तुमचं सळसळणं. कमी-अधिक उंचीनुसार निरनिराळ्या आवाजात तुम्ही सळसळता... जलतरंगाच्या पात्रांवर काठ्या मारत पळाल्यागत वाटतं.

...आई गऽ! हे चिमण्यांचं थिरं आपल्या डोळ्यांतनं उडून गेलं. आपल्या डोळ्यात एवढी घरटी. तरीच झाडांकडं बघताना आपल्या डोळ्यांना गुदगुल्या होत होत्या. डोळे मिचकून मिचकून हसत होते... चिमण्यांचे पाय फार गुदगुल्या करतात. चिमण्यांच्या चोचींचे आवाजही गुदगुल्या करणरे...बसा बायांनो झाडांवर आणि काय करायच्या त्या गुदगुल्या झाडांना करा. झाडं खसखसून हसू देत. हसून हसून खाली कोसळू देत...

पाण्याच्या काठावर उभं राहून मलाही पाण्यात कोसळणं आवडेल. धा ऽ ऽ ड ऽदिशी प्रचंऽऽड कोसळायचं! पण तसं कोसळण्यापूर्वी मला झाड व्हायचं आहे. माणसाला कोसळता कुठं येतं? मनुष्य आवरत हळूच कलतो. त्यामुळे पाण्यात पडूनही तो कोरडाच. नुसतं वरवरचं कोलमडतो. अंग भिजतं.. झाडाची फांदी-फांदी, पान-पान यांना कवटाळून पाणी झाडात शिरतं एका फांदीला दुसरी फांदी 'श्रीराम' म्हणत किती बुडाली आहे तेसुद्धा कळत नाही. आत-बाहेर बुडणं होऊन झाड बुडतं.

...झाडांवर चिमण्या एवढ्या कुजबुजतात आणि काठांवरती गवतं एवढी हिरवी गंभीर. सूर मारल्यासारखी उंच आणि घनदाट. ह्यांचं डोलणं झाडांपेक्षाही गंभीर... का म्हणून? चिमण्यांनो, या ग. ह्या गवतांच्या मानांवर बसा.

आल्याच चिमण्या. पण ह्या काठांवर बसल्या. तहान लागलेली दिसते.

जराजरा पाणी घेतात नि वरवर चोची करून गुलूगुलू पितात... पाण्याला नक्की गुदगुल्या होत असणार. ह्या चिमण्या म्हणजे गुदगुल्या आहेत... पलीकडची गवतंही त्यांची नक्कल करत आहेत. चावट आहेत. ती फक्त पाणी चुटूचुटू चाटतात आणि लगेच बाजूला सरकतात...

...कमाल आहे. ह्या गवतांना पत्ता नाही ते मोरांचे आकार आले. गवतं नाहीतच मुळी. पिसारा उभे केलेले हे सगळे मोरच होते... बाप रे! किती ही फसवणूक? काठांवर उभे राहिलेले शेकडो मोर... ये ये मोरा. या रे या रे मोरांनो. पाणी प्या. भुर्रर्र उडून जा... उडून जाताना ओढ्याचा काठ उडाल्यागत दिसा. मग ओढा अथांग. काठ नसलेला नुसता ओढा होईल... ह्या मोरांना हात आहेत. काय म्हणायचं हे! हातांत हात. हातांत हात... किती प्रचंड रांग. मागंपुढं मोरांची रांग...

झिम ऽ ऽ ऽ झड्झड्झड्झड...

झिम ऽ ऽ ऽ झड्झड्झड...

झिम ऽ ऽ ऽ झड्झड्झड्झड...

झिम ऽ ऽ ऽ झड्झड्झड्झड...

मोर उडत आहेत. चार चार रांगांची चार-चार मयूरपंखी शेतं. किती रांगा! किती शेतं! वरती सगळे ढग गोळा... ढग-मोरमोर. मोरच ढग... ढगच मोर. काळे काळे भोर. निळेनिळेभोर... काळेनिळेभोर. पिकांचा पाऊस. डोळ्यांचे रंगीत चकाकणारे थेंब... माझे डोळे भिजणारे. मी नुसतेच डोळे आणि डोळे डोळे होऊन भिजणारा.

...खालच्या मोरांनो, लांडोऱ्या आणा. टाहो फोडा. सगळ्यांनी एकदम टाहो फोडा. करूण टाहो... सगळ्या कोकिळा इथल्या उडून जाऊ देत. त्या कावळ्यांच्या नाजूक नखरेल बहिणी आहेत. त्यांच्या आवाजाला प्राण नसतो. लाकडी आवाजाच्या त्या कोकिळा... ओढ्याच्या काठी तुम्हीच ओरडायचं. ओढ्याच्या पार्श्वभूमीवर तुमचा सूर घोसदार होईल.

...मी पण ओरडतो. मला लांडोर नको आहे. मी डोळे आहे ते एक बरं आहे. तुमच्या पिसांच्यापावसांनी मी -डोळे भिजून चिंब झालो... मला पुन्हा गुदगुल्या होत आहेत. अंगभर गुदगुल्या... हा ऽ ऽ हा ऽ ऽ हा ऽ ऽ! ही ऽ ऽ ही ऽ ऽ ही ऽ ऽ! आई गऽ! आता पुरे. आरे किती? नको आता. पोटात दुखतं आहे. पुरे ऽ ऽ हा ऽ ऽ हा ऽ ऽ हा!... बा ऽ स बा ऽ स!... आणि हे काय? एवढ्या गुदगुल्यातनं एवढी पिसं. अरे गुदगुल्या केल्यावर पिसं फुटतात की काय? का पिसं फुटताना अशा गुदगुल्या होतात?... मला मोर करून टाकलंत...

...अरे, थांबा. सगळेच उडू नका. सगळेच असे ढग होऊन उडू नका. मी इथं एकटाच राहतोय... मला उडायची भीती वाटते. आणि तुम्ही ढग होत चाललाय. अरे किती पाऊस हा. किती धो ऽ धो ऽ... तुम्ही सगळे ढग होऊन संपत चाललात

सगळेच पाऊस होत विरघळत आहात. मी काय करू?

...ओढ्याला महापूर. निळ्या चमकदार दाट पाण्याचा लोट. आता हे थांबवलं पाहिजे. सगळी झाडं वाहून बुडून चालली आहे. बुडता बुडता सोनेरी-निळ्या रंगानं न्हात आहेत. वाहत चालली आहेत तरी प्रसन्न आहेत. त्यांच्या पानावर थेंबाचा ताल. पानांना त्यांचा ताल कळलेला. दोघांनाही एकमेकांच्या तालाची लय लागलेली. झाडांनी गतीत गती मिसळून घेतली आहे. सर्वनाशातला आनंद घेत चालली आहेत. त्या आनंदालाही एक मनोमय लय. त्या लयीतच प्रसन्न प्रलय.

...पण मला हे अनावर होत आहे. पाण्याच्या सुराशी सूर मिसळता येत नाही. आपण कुठंतरी ह्या पाण्याबरोबर वाहत चाललो आहोत... काहीच कळत नाही. सगळीकडं पाणीच पाणी. कोणत्या दिशेनं कोणत्या दिशेकडं चाललंय हे पाणी?... लाटालाटांनी मुसमुसतं आहे. आपण पाण्यावर आरूढ. वर खाली होत जाणाऱ्या भव्य लाटा... व्यायाम करणाऱ्या पैलवानाच्या दंडा-मांड्यांतील गोळे असेच मुसमुसत असतात... पाणी व्यायाम करतं आहे. कुणाशी तरी त्याची कुस्ती होणार. पण कुणाशी होणार? कोण आहे इथं कुस्ती करायला? नुसतं पाणीच. पण वर आकाश आहे ते ह्या पाण्याकडं बघतंय. झडप घालायला टपलेल्या बहिरी ससाण्यागत... वर बहिरी ससाणा हलतोय.

बहिरी ससाणा हलत नाही; आपणच हलतोय. लाटांवर आपण झोके घेत चाललोय. अनावर झोके. इच्छा नाही. भोवळल्यागत होतंय. वरून खाली येताना पोटातलं अन्न वर उचलल्यागत होतंय; तरी झोके. बस झालं, बस झालं.

नाहीच. हे पाणी वाढतच चाललंय. डोक्यावरचं आकाश जवळ जवळच येत चाललंय...आई गंऽ! हा प्रचंड घुमट. ह्या प्रचंड घुमटात हे घुसलेलं प्रचंड पाणी. सारखं वाढणारं. मी पाणी नि घुमट. ह्या प्रचंड घुमटात हे घुसलेलं प्रचंड पाणी. सारखं वाढणारं. मी पाणी नि घुमट यांच्या पोकळीत... आता घुमट भरेल. मग मी कुठं?... घुमट-पाण्याच्या बेचकीत सापडून बुडणार. काय करू ऽ आता?...

...पाणी उपसता येईल. माझ्या डोळ्यांना हात फुटत आहेत. आता पोहता येईल. पाणी कापत लांब जाता येईल. पण किती लांब जाणार? हातही दुखून येणार. पोहायला अंतच राहणार नाही. हातांनाही काहीतरी आधार लागतो आहे. पण ह्या बरगड्या दिसतात. ह्या बरगड्यांतनं मोट उगवते आहे... घट्ट झालेल्या पाण्यावरच मोट ... पाणी तुडुंब भरलेलं. पाणी तुडुंब भरलेलं असलं की मोट मारायला बरं असतं... डुबुकदिशी भरायची नि डुबुकदिशी ओतायची. धावही फार लांब नसते. नुसती चार पावलं... पण धाव दिसतच नाही. मोट नुसतीच वर येते. पाणी ओतून जाते... अशा किती मोटा मारायच्या? पाणी संपणारच नाही... पण आपण मोटा तरी मारत राहू. तेवढंच आपल्या हातात आहे.

...कमाल आहे. ही मोटेची सोंड माझ्या तोंडाचीच दिसते. मी हसलो की पाणी भडालदिशी सांडतं. किती हसायचं नि किती तोंड आवरून धरायचं... तोंड सोडलं की पाणी सांडलंच... पाणीच पाणी. पोटात पुष्कळ पाणी. किती पाणी पिऊ नि किती हसू? ...आत-बाहेर ओल... थंडीनं अंगाची मोट थडथडतेय. थडथड थडथड.

था ऽ ऽ ऽ ऽ ड कडाल! मोटवणच मोडलं... किती प्रचंड उंचीवरून मोट खाली कोसळते आहे... किती खोल. मोट आपटते आहे. था ऽ ऽ ऽ ड!

सागराचा प्रचंड स्फोट. पाण्याच्या उंच ठिकऱ्या. आकाश निखळून पाण्यात बुडत चाललं आहे. डोळे डोळे! डोळ्यांवर प्रचंड दाब. उघडा उघडा...

"अहो ऽ"

"काय गं?"

"काय झोप ही! कधीपासनं हाका मारतेय?"

"काय झालं?"

"अहो, गादी सगळी भिजून गेलीय तुमची. किती हाका मारल्या तरी डोळे उघडायला तयार नाही; गळलंय किती हे घरात."

"...गळलंय!" खूप आत आत गळून गेलोय. खूप पाणी भोगलं... आता आपण ह्याच्यापेक्षाही आतल्या खोलीत झोपलं पाहिजे... सुरक्षित आणि अलिप्त.

"चला."

पण इथंही पावसाचा झबझब झबझब आवाज येतोय... कानांतून आत मेंदूत घुसतोय. तेथून शरीरभर पसरतो आहे. रक्तामांसाची माती पुन्हा भिजवतो आहे.

◆

# हिरव्या वाफा

**...का**ळभोर अंधार. अंत लागत नाही असा. पाहता-पाहता ते अंतराळ अंधुक होत आहे. अंधुक होता होता अस्वस्थ होत आहे. चाळवत आहे. चाळवण्याला कोठून तरी आतून अदृश्य प्रेरणा मिळाली आहे. या प्रेरणेनंच अणूंची छत्री तळमळत आहे..... निराकार वाफ.

निराकार वाफेचे ढग होत आहेत. ढगांना अस्वस्थ आकार येत आहेत. आकार सारखे बदलत आहेत. आकारांतून आकार येत आहेत. विस्कळीत एकत्र जमा होत आहे नि जमून पिंगा घालत आहे. आता यांना अस्पष्ट रंगांचे आभास येत आहेत. पिंगा घालताघालता आकार रंगांना न्याहाळत आहेत. न्याहाळता न्याहाळता आपल्या जागा निश्चित करीत आहेत. तिथं थांबत आहेत. क्षणभर थांबून पुन्हा फिरत आहेत...

...कसले आकार हे? कुणाचे? ही तर हिरवीच वाफ झाली. हिरवीहिरवी... हिरव्या झाडीचं हिरवं पाणी. हिरव्या झाडीची ही वाफ ओळखीची तर वाटते... थांबा ही ओळख स्पष्ट होत आहे. मनात तरंगत येत आहे. ओळख पुरती पटू द्या.

...गावाबाहेरची विलक्षण शांत झाडी. तिला अजून कुणीही स्पर्श केलेला नाही. प्रथम मीच. मी? मी नाही... मी आणि तू. समरसलेल्या मीतूने प्रथम स्पर्श केला होता... मीतुने...मितुनं...मिथुन...मंथन...डेरा रिता. राधा घुसळी डेरा रिता...

...नाही, हा डेरा रिता नाही. त्यात हिरवी वाफ आहे. वाफेवर मीतूचं लोणी. मीतूच्या काठावर हिरवी झाडी. घुसळणारी, भोवतीनं फिरून पिंगा घालणारी. आत डोकावणारी.

पण ही झाडी घुसळली जात आहे. आणि त्या वेळी?...

त्या वेळी झाडी कशी झाडीगत होती. गावातली घरं गावातच तिच्यापासून दूर राहिलेली होती. गावाचा गलबला गावातच होता. त्यांची अजून इकडं दृष्टी वळलेली नव्हती. नाहीतर ती घरं नि तो गलबला प्रवास करत करत ह्या झाडीत येऊन घुसला असता. हिची शांती त्यांनी कायमची खाऊन टाकली असती. नाहीतर ही झाडीच उठवून लावून दिली असती. नेस्तनाबूत करायला तसा फार वेळ लागला नसता.

घरांनो, गावातल्या माणसांनो, धन्यवाद!... ओम शांतिः शांतिः! झाडीची शांती. निराकार झाडीची शांती.

ह्या झाडीला आरंभी आकार नव्हता. कसलाच कसा आकार नव्हता? गोल राहू दे. निदान त्रिकोणी, चौकोनी तरी. एका जातीचीही नाही, एका गोतीचीही नाही. अनेक झाडांची मिळून झालेली झाडी. कुणीही कुठंही उगवलेलं झाड. निसर्गाची शपथ घेऊन कसंही वाढलेलं. एकमेकांत गुंतून गेलेलं.

...काय ही गुंतागुंत! एवढं गुंतू नये. एकमेकाचं एकमेकपण विसरून जाण्याइतकं हे झाडी, गुंतू नये. सूर्याकडं सगळ्यांच्या फांद्या आहेत हे ठीक आहे. मुखं सूर्याकडंच असावीत.

पण तळात झाडोरं नि गवत वाढलंय. अधूनमधून मोकळी जागा मिळेल तिथं मुळं रोवून उभी राहिलेली झुडपं. चिवट कारकुनासारखी पेकाटात वाकलेली नि मातीला लोचटपणे चिकटलेली. सगळं गच्च गच्च गचपन, पण निवान्ताला उरी धरून उभं राहिलेलं... झाडांची गर्दी असली तरी निवान्त सांभाळणारी.

"पण ह्या झाडीला आकार का नाही?"...

"अरे नसेल आकार, झाडीच ती. ती का कथा आहे का कविता?"

...हे तुझे शब्द. तू इथं कशी आलीस? का ह्या झाडीत आपल्या भेटी झाल्या, म्हणून इथं पण आलीस?... ये बैस. काही तरी बोलू आपण. काहीतरी अस्वस्थ होत आहे माझ्या मनात.

..."खरंच, पहिल्या भेटीच्या वेळी तुला आठवतं का? ह्या विस्कळीत झाडीत आपण विस्कळीत बसलो होतो. तू म्हणालीस, 'आपण ह्या झाडीत हरवलो.'

"आठवतं, आठवतं बरं."

"त्या वेळी तू आणि मी फक्त दोन देह होतो, नाही का?... हाडा-मांसाचे, स्त्री-पुरुषाचे, सामान्य देह. अं?"

"हेही आठवतं. आणि."

"थांब. पुढं बोलू नको. पुढचं सगळं तुलाही आठवतं. मलाही आठवतं... त्या दोन देहांत कुठलं तरी एकच नातं जन्मलं नि आपण अवयवांसारखे एकमेकांचे झालो... पण ही झाडी पाहा. आपण बोलून उठलो त्या वेळची ही झाडी दिसते आहे.

चावटासारखी गप्प बसून हासते आहे. आपल्या नात्याला हासते आहे. चावट कुठली!''... चावट...चाव...चाव...

...चावणारी झाडी. मनात झोंबणारी... झाडी बदलू लागली आहे. फांद्या फांद्यांच्या कानात बोलू लागल्या आहेत. डोळ्यांच्या आकारांएवढी चिमुकली पानं. त्यांचा प्रसन्न हिरवा रंग. ओठाइतकी नाजूक फुलं. फुलांचे गुच्छ. फुलं फुलांना चुंबताना केशर गळतं... आपण चुंबनं घेतली तेव्हा ह्या फुलांसारखेच आपल्या ओठांचे गुच्छच्या गुच्छ आपल्यावर लगडले...हे बघितलंस. अगं, बुंध्यातल्या रिकाम्या जागा या झाडांनी मुद्दाम तयार करून ठेवल्या आहेत. शेजारशेजारची झाडं कशी एकमेकाला गच्च बिलगली आहेत. ह्यांच्या मिठ्या आता सुटणारच नाहीत. ह्यांच्या त्वचेच्या खालची रक्तं गरम गरम झाली आहेत. या निवान्त झाडांत विलक्षण गतिमान रक्तं आहेत. धमन्या आहेत. संवेदणारी रंध्रं आहेत. ही झाडं वाऱ्यानं मुळीच हलत नाहीत; वाऱ्याचं निमित्त करून हलत पुढे सरकतात. आलिंगनं देतात. चुंबनं घेतात... झाडीला आकार नसेल; पण झाडांना आकार खास आहे. विशाल व्यापक आकार. उदात्त आकार, तरी प्रसन्न, मूक... झाडांना व्यक्तिमत्वं आहेतच की ह्या.

म्हणूनच ही झाडं निवान्तात झाली. निराकार झाडीत आपआपले आकार शोधीत बसली.

''...ती बाभळ बघ; कशी काटेरी, काळी विद्रूप आहे.''

''होय रे...''

''तू अशी आर्त होऊन का 'होय रे' म्हणतेस? हं ऽ हं ऽ हंऽ! बाभळीबद्दल वाईट वाटतं का तुला?''

''होय, ती बाभळ व्याकूळ दिसते.''

''कळलं...''

...बाभळ व्याकूळही असते. चिंच व्याकूळ असते. आंबा, वड, पिंपळ व्याकूळ नसतो. प्रौढ उदास असतो. म्हणजे व्याकुळतेचीच पुरुषी शून्य अवस्था... झाड झाड व्याकूळ असतं. त्याला हलताच येत नाही. त्याचे पाय इतके खोल खोल रुतलेले असतात की त्यानं तिथंच जगत राहायचं असतं. काही झालं तरी जगत राहायचं. वाऱ्यांच्या झुळकांनी काही क्षण भेटतील तेवढेच भोगायचे. त्या क्षणांची आठवण जीवनभर पुरवायची. ते सुटे क्षण म्हणजेच खरं सततचं जीवन मानायचं. मग कुणी अवयव तोडून नेले तरी त्या आठवणींच्या क्षणांतच जगायचं. कुणी कदाचित बुंध्यातूनच तोडून नेतात. तरी पालवायचं.

...''मी हे कुणाला सांगतोय? तुला ना?''

''मला कुठं काय सांगितलंस तू?''

''नाही. मी मनोमन मलाच सांगत होतो. हिरव्या वाफेतून हे सगळं जमू

लागलंय. तूही जमू लागली आहेस... पण तसं नाही. मी हे ह्या झाडांनाच सांगत होतो."

"ही: ही:! काय बोलतोस काही कळत नाही."

"मलाही कळेनासं झालंय. कुठले तरी आकार सारखे बदलत आहेत. वाक्यं घडता घडता वाक्यं बदलत आहेत. त्यांच्यात सापडणाऱ्या अर्थांचे आकार कसे पाऱ्यासारखे निसटून पळत आहेत. भेटण्यापूर्वीची तू आणि आताची तू, इथं आलो तेव्हाची झाडी नि निघून जायच्या वेळची झाडी, सगळं वेगवेगळं वाटतंय, या प्रत्येकांचे वेगळेच आकार आहेत. हे आकारही बदलायला उत्सुक. तुझे माझेही आकार आता आतल्या आत बदलले आहेत."

"बरं बरं. चला."

"कुठं चला?"

"घरी. पुन्हा भेटू आपण."

"...इथून गेलो तर ह्या झाडांचा आकार राहील का?"

"एऽ वेड्या! चल, पुन्हा भेटू तेव्हा बोलू."

...आता कुठली पुन्हा भेट? पुन्हा भेट लगेच सुरू. आता मी तुला सोडणार नाही. आत्ता ह्या क्षणी तू माझी आहेस. संपूर्ण माझी. माझ्यातून उगवलेली. जमिनीवर उगवलेल्या ह्या झाडासारखी जंगलमय झाली आहेस. आता मी तुझं काहीही करणार. परी करीन, अप्सरा करीन, प्रेयसी करीन, नाही तर बाभळसुद्धा करीन. नाही तर तुझा खूनसुद्धा ह्या झाडीत करीन!... हाऽहाऽहाऽहाऽ! तुला ठाऽर मारणार! हाऽहाऽहाऽहाऽ! मारू ठार?

"महाराज; ठार मारणं तेवढं सोपं नाही."

"हे कोण बोललं?"

"तुम्हीच बोलत आहात."

"मीच?...पण तिला ठार मारणं का सोपं नाही?"

"तिला ठार मारणं म्हणजे तुम्ही तुम्हांलाच ठार मारणं."

"म्हणजे!"

"म्हणजे असं, की ती तुमच्यातच आहे. तिला ठार मारायचं झालं तर प्रथम तुम्हांला ठार मरावं लागेल."

"असं?"

"मग!...पण एक गोष्ट करता येईल."

"कोणती?"

"ती तुम्हांला फारशी आवडत नसेल तर तुमच्यातल्या तिचा आकार तुम्हांला बदलता येईल."

“खरं?”

“मग! अहो, तसंच आहे ते. आपल्यातलं काहीही मरत नसतं. फक्त बदलत असतं. आकारा-आकारांतून प्रवास करत असतं. आकार फक्त आपणच बदलायचे.”

“पण हे आकार तर आपोआपच बदलत आहेत. हे पाहा, मला न विचारता सगळं बदलत आहे.”

“पण हे सगळं तुमच्यातच आहे. म्हणजे तुमच्यातल्या कुठल्या तरी खोल खोलला विचारूनच हे होत आहे. होत आहे म्हणजे त्या खोलखोलातून उगवत आहे. ते खोलखोल त्याला पाणी घालत आहे.”

“हे सगळं ठीक; पण तिच्या-माझ्या दुसऱ्या भेटीचं काय? ती तर प्रत्यक्षात झाली होती. मग इथं का होऊ नये?”

“होते आहे... होते आहे–ती पाहा ती दोन माणसं झाडीत घुसली. ती बाहेरून पाहणाऱ्यांच्या दृष्टीनं हरवली. हरवली का नाही?”

“होय.”

“आता आत पाहा.”

“जशी आज्ञा!”

...आत पाहतो आहे. आत आकार बदलत आहेत. त्याच झाडीतली वेगळी झाडी दिसत आहे. वेगळ्या झाडीतली वेगळी झाडं.

ही झाडं तुझी-माझी वाटच पाहत उभी आहेत. त्यांचे भाव बघ. आपण एकान्तात इथं काय काय केलं, ते ह्या बेट्यांनी बरोब्बर लक्षात ठेवलंय. कशी धूर्तपणानं एकमेकांच्या हातात हात घालून उभी आहेत. ते झाड त्या लहान नाजूक झाडाच्या फांदीवरून हात फिरवतंय. त्यांची फुलं आता तुझ्या-माझ्या ओठाइतकी एकमेकांच्या ओळखीची झाली आहेत. कशी सहज फुलावर फुलं मटामट घासतात नि विलग होतात. आणि ह्या पायाखालच्या वाटा...

“पहिल्यांदा आपण आलो त्या वेळी ह्या वाटा होत्या काय गं?”

“तर.”

“त्या वेळी कशा दिसल्या नाहीत?”

“त्या वेळी ह्या वाटा आपले आंधळे पाय तुडवीत होते.”

“आणि आता?”

“आता ह्या वाटा आपले डोळे तुडवीत आहेत.”

“किती खरं खरं बोललीस ह्या क्षणी.”

पहिल्या भेटीत लक्षातही न आलेल्या ह्या वाटा तुझ्या बोलण्याइतक्याच खऱ्या आहेत. प्रत्येक वाट कोणत्या तरी झाडाच्या बुंध्यात संपते. या झाडांच्या गावापासून दूर येण्यानं तर ह्या वाटा मळल्या नसतील? ही झाडं गावापासून दूर येतात का रोज

रात्री गावाकडं मुक्कामाला जातात?... असं होणार नाही. ती गावातून कायमची उठून इथं आलेली असणार. त्यांच्या एकदाच्या येण्यानंच ह्या फिकट पायवाटा पडलेल्या असणार. झाडांचं हे असंच असतं.

..."मग काय झाड होऊन इथं राहायचं का?"

"म्हणजे कसं रे?

"आता कविता आणल्या आहेस त्या कवितांतल्यासारखं."

"म्हणजे काव्यमय?"

"काव्यमय नाही ते. ते मनोमय आहे. मनोमयचं जीवन सुंदर असतं. आपलं तेच खरं जीवन. ते जगावं असं वाटतं. गावातलं जीवन किती बेंगरूळ आहे... परवा माझी सायकल पंक्चर झाली. तर आतली ट्यूब आतड्यासारखी ओढून काढली. तिला चिकटचिकट पदार्थ लावून ठिगळं लावली. तर तिच्यावर तांबडी-काळी रक्ताडलेली आणि करपलेली ठिगळं आहेत. ठिगळांच्या ट्यूबमध्ये हवा भरल्यावर ती चालू झाली.

सायकलीवर मी बसलो नि रस्त्यानं जाऊ लागलो."

"बरं मग?"

"मग काय? संपलं."

"म्हणजे रे काय!"

"कळलं नाही का तुला? अग आपली सायकल गावात, घरात, नोकरीत नेहमीच पंक्चर होत असते. तरी ती आपण चिकटचिकट ठिगळं लावून चालू ठेवतो."

"त्याचा नि ह्याचा इथं काय संबंध?"

"इथं आपणाला सायकलीगत जगावं लागणार नाही. सायकलीची मूळ वाट ह्या झाडांनी सोडली आहे. मूळ हमरस्त्याला फुटणारा एक साधा रस्ता. त्या साध्या रस्त्याला फुटणारी नि झाडीकडं येणारी एक पायवाट. आणि इथं झाडीत सगळ्या पायवाटाच... बाजूला निघून आलेल्या पायवाटा नि या अनोळखी पायवाटांच्या एकेका टोकाला एकएक झाड. ही झाडं होऊन आपण राहायचं."

"सगळं अवघड बोलतोस तू. कळल्यासारखं वाटतं, पण उमगत नाही."

"झाडं होऊन जगता आलं तर उमगेल." ...बोलण्याला आकार येत चाललाय.

"आपणाला नाही बुवा जन्मभर अशी झाडं होता येणार... पण हे असलं बोलणं जाऊ दे रे. त्यापेक्षा आपण एकमेकाला गच्च बिलगून बसू. दिवसभराच्या कटकटी विसरू. जरा जगू आपण मनासारखं."

"अग म्हणजेच झाडं."

"पुन्हा झाडं आणलीस."

...पुन्हा झाडं. झाडंच पुन्हा. त्या प्रचंड झाडीत तू-मी आहे कुठं? फक्त झाडंच आहेत. ... आकार बदलत आहेत ती झाडांची व्यक्तिमत्त्वं. भुईशी बांधून घेऊन आकाशभर पसरू पाहणाऱ्या झाडांनो, माझ्या आत्मपात्रांनो, हे कसं शक्य आहे? अरे इथं तुमच्या प्रत्येकाच्या सावलीत झुडपं आहेत. खुरटलेली आहेत तरी ती झुडपं जिवंत आहेत रे. तुमच्या जीवनरसावर ती जगतात. त्यांचे काय? तुम्हांला, आकाशात नाही उडता येणार. म्हणून तर असं मनोमन उडत राहायचं. फार तर तुमच्या अंगाखांद्यावरच्या पक्ष्यांना उडू द्या. पक्ष्यांचं जीवन तेच तुमचं मनोमय सुंदर जीवन ना?

...माझ्यातूनही तुमच्यात पक्षी उडू पाहत आहेत. निरनिराळ्या रंगांचे, आकारांचे पक्षी. आकार बदलणारे बरगड्यांतले पक्षी. उडू देत आपले सर्वांचे पक्षी एकत्र. आपण एक होऊन ते पाहू.

पश्चिमेच्या खोलातून एक प्रचंड ढग हळूहळू वर येतो आहे. तुझ्या-माझ्या भेटींना आपला अर्थ विचारत आहे... ह्या संहारक ढगाचा अर्थ काय? तुझ्या-माझ्या तिसऱ्या भेटीसारखा दोघांना उध्वस्त करून टाकणारा हा कळिकाळ. विश्वातली सर्व वाफ एकत्र होऊन लोळ आल्यासारखा येतो आहे... तुझ्या-माझ्या बाहुल्यांचे पिंजरे, चौकटी आता हा मोडून टाकणार. गावातल्या घरांतली तुझी-माझी भातुकली हा समाजाच्या कठड्यावर उभा राहून पाऽर दूर दूर फेकून देणार... तुला-मला ती पुन्हा सापडेल का ग? त्या भातुकलीत आपली उपाधीची मनं अडकली आहेत. ती मनं आता हा ढग नागडी करणार.

...तुझी-माझी दोन नागडी मनं. किती नितळ. अगं, ह्या सगळ्याच झाडांची मनं नागडी आहेत. नागडी मनं किती सुंदर असतात. तुला-मला असं नागड्या मनानं राहता येईल का? ह्या झाडांनाच ते फक्त शक्य आहे. नागड्यांत नागडे मिळूनमिसळून जाऊ. घर, गाव, माणसं, समाज, नाती, संस्कृती, परंपरा, नीती, पाप, पुण्य ह्या पोशाखांच्या ढिगात आपलं नागडं सौंदर्य संपूर्ण गुदमरून जातं ग. झाडांनो, तुम्ही कसे नागडे राहू शकता?

...अरे बापरे! अग, हा प्रचंड ढग सर्वभर पसरत चालला आहे. ही झाडी, तू-मी, पक्षी, वाटा, सगळं याच्या पोटात जात आहे. किती अक्राळविक्राळ रूप हे! हा प्रलय!

...पण हा सुंदर प्रलय. पोटात जाणाऱ्या वस्तूंनी ह्याचे रंग पालटत आहेत. सगळे क्षुद्र आकार नाहीसे होत आहेत. क्षुद्र आकारांचं सामान्य विश्व ह्या ढगाच्या पोटात... आता उरला फक्त प्रचंड ढगाचा अंतिम आकार.

...ह्या ढगाच्या पोटात जाताना खूप थकल्यागत होत आहे. ह्या ढगाच्या पोटात जाणं झेपेनासं होत आहे. थांबू क्षणभर इथं...हरे राम!

"तू आहेस ना?"

"आहे ना. मी कुठं जातेय?"

"तुझा फक्त आवाजच येतोय. तू कुठं दिसत नाहीस."

"मी कशी दिसणार? मी तुझ्यातच आहे."

...झालं. आपलेही आकार हरवत चालले. आपली फक्त व्यक्तिमत्त्वंच ह्या ढगानं उरवली. फक्त आवाज उरले आहेत. नादब्रह्म की शब्दब्रह्म? ओंकाऽर स्वरूप! ...शरीरं गेली. तिसऱ्या भेटीत ही शरीरं नकोच होती नाही तरी. ती लाथाडायचीच होती. घ्या आता. ह्या आक्रमक ढगानं ते सगळंच नाहीसं करून टाकलं.

"तू माझ्यातच आहेस. म्हणून अंशमात्र का होईना, मीही तुझ्यात आहे."

"तू एकदा म्हणाला होतास की ह्या तू-मींच्या मातीच्या मूर्ती फोडून आपणाला 'मी' व्हायचं आहे. आता तुझ्या मनासारखं झालं ना?"

"होय. जिवंत असतानाच असं हे इथं होतंय."

...थांब थांब. ह्या प्रचंड ढगाच्या आतल्या पोटात पाणी होतं आहे. एखाद्या समुद्राच्या तळात असल्यासारखं आपणाला वाटतं आहे. ह्या ढगाच्या पोटात एक समुद्र-विश्व आहे. किती विविध.

पाऊस आला. ढगातून जलधारा... जलधारा. अगं, हा पाऊस हिरवाहिरवा आहे. ह्या पावसात आपण सगळे भिजून चाललो आहोत. ही झाडी आणखी हिरव्या रंगात भिजत आहे. झाडांची फुलं, खोडं, पानांसह हिरवीहिरवी होत आहेत. वाटा हिरव्या झाल्या आहेत. तू-मी कपड्यांसह हिरवेचिंब. पक्षीही हिरवे. तुझं प्रेम, भावना मनं सगळी हिरवी... सगळी झाडीची रूपं.

...आता झाडी म्हणजे तू मी, तू मी म्हणजे झाडी. तुझ्या-माझ्यातून झाडी उगवते आहे, पक्षी उडत आहेत. सगळे एक एक. पक्षी-झाडी-तू-मी. झाडी-पक्षी-तू-मी. झाडी-तू, झाडी-मी, मी-तू, तू-मी, सगळे एकच एक.

आता झाडी शिल्लक नाही. पक्षी, ढग, वाटा, काही शिल्लक नाही. उरलाय तो फक्त एक गोठलेला, स्थिर झालेला, अंतिम नवा आकार.

सारं शांत शांत होत आहे. या आकारात तसे सगळे आपण दिसत आहोत. सगळे वेगवेगळे असलो तरी एक आहोत. मूळ आकाराचे अवयव, मूळ आकाराच्या रंगातले रंग, मूळ आकारातल्या रेषा होऊन राहिलेले आपण.

"आता हाही आकार बदलेल का? ...भीती वाटते म्हणून विचारतो."

"आता हा आकार बदलणार नाही. बदलेल असं वाटत नाही."

"का बरं?"

"कारण आता मी पायऱ्या उतरून आलो आहे."

◆

# माती

**प**शु-पैदास केंद्रावर दिवसभराची आरामशीर नोकरी करून तो परत आला. जेवता जेवता त्याला वाटलं तालमीत झोपायला गेलं पाहिजे.

मनाचा निश्चय करून तालमीत एकटाच झोपायला आला. बरोबर सोबतीला पुराणकथांचं एक जुनाट पुस्तक. त्याच्या वाचनात वेळ छान जाई. दीस घालून तीन-चार दीस झाले तरी तालमीत कुणी झोपायलाच येईना झालं होतं. सगळी तालीम जुनाट देवळाच्या गाभाऱ्यागत ओसाड.

तालमीकडं येताना त्याला वाटलं आपण खूप दूर दूर चाललोय...हे उग्र व्रत आपणाला जमेल का नाही? वस्तादाच्या मृत्यूनं आजवर धरलेलं अवसान ढासळलं होतं. मुळं उखडलेल्या वृक्षासारखा तो मनोमन कोलमडत चालला होता.

आखाड्यात आला. बजरंगाचे डोळे गरीब झालेले दिसले. काय झालं हे? शिवादाच्या आठवणीनं त्याला भडभडून आलं. गेली बारा-पंधरा वर्ष त्यानं अनेक डावपेच त्याच्याकडनं शिकून घेतले होते. त्यांच्या जोरावरच तडफेनं कुस्त्या केल्या. ऐन जवानीत जिल्ह्यात नाव गाजवलं. पुण्या-मुंबईकडे जाऊन अनेक कुस्त्या मारून आला. मानसन्मान मिळवले. नुसता पैलवानकीचाच ध्यास घेतला. भल्या भल्या पहाटे उठून शिवादाबरोबर डावपेच शिकला नि खेळला. पोलादाच्या कांबीसारखा राहिला. निष्ठेनं ब्रह्मचारी व्रत पाळलं. ना लग्न ना संसार. वस्तादाच्या शाब्बासकीची थाप पाठीवर पडे नि सूर्याला गिळू पाहणाऱ्या हनुमंताचं बळ आल्यागत वाटे.

पंचगंगेच्या घाटावर धुणाऱ्या धोब्याच्या कपड्यांचा आवाज पाठीमागच्या डोंगरातून तिपटीनं प्रतिध्वनित होई. त्याचा शड्डू मैदानात पीळदार पटाच्या मांडीवर तसाच वाजे. त्याची कुस्ती बघून एका चित्रकारानं त्याला द्रोणाद्री उचललेल्या गदाधारी हनुमंताचं आठ फूट उंचीचं तैलचित्र दिलं होतं. त्यातले मारुतीचे कमावलेले दंड, मांड्या, छातीचे स्नायू खरे खरे वाटणारे... त्यानं ते चित्र तालमीत समोरच्या भिंतीला लावलेलं. त्याची रोज पूजा होई. शनिवारी एकएकाचा एक एक नारळ फुटे. प्रत्येकजण बुक्कीनं करवंटी फोडून गुळाबरोबर खोबरं खाई. त्याचा असा रोजचा नारळ असे. खुराकाचाच एक भाग म्हणून त्यानं ती सवय लावून घेतली होती.

पाच-सात महिन्यांपूर्वी सरकारी नोकरी मिळाली. हायस्कूलचे शिक्षण झाल्याचा फायदा मिळालेला. एरवी तो रात्रंदिवस तालमीत पडून असे. घळीतून बाहेर पडणाऱ्या तापशासारखा कधी तरी बाहेर दिसे. पहाटे उठून व्यायाम करी. घाम जमिनीवर निथळे. तिच्यात मुरून जाई. रात्री खेळून खेळून घट्ट झालेली तालमीची माती उकरून काढी. आखबंद गडी. रात्रभर महादेवाच्या देवळात साप चावलेल्या वस्तादाजवळ ओलेत्यानं सेवेसाठी बसून राहिला होता; पण शिवादाचा मृत्यू टळला नाही... भोलेनाथा, तुझी मर्जी! गळ्यातला म्हाराज काढून गुरूच्या वाटंवर काय म्हणून सोडलास?...शंभोऽऽ!

सकाळी नदीवर आपल्या मस्तीत आंघोळ करीत असताना पोरी घागर डोईवर घेऊन गवळणीसारख्या बघत राहत. निराश होऊन भटकत्या वासनांनी होरपळत मुकाट घरी जात. त्या आगीच्या दिवट्याकडं कधी वाकडा डोळा करून त्यानं बघितलं नाही... सगळा वडवानल गिळून टाकत पैलवानकी सांभाळत होता.

भानावर आला नि मारूतीला उदबत्ती लावून नमस्कार केला. परत येऊन शिवादाच्या पडलेल्या बाजेला स्पर्श करून तिच्याकडं बघत बसला. बाज शांत उदास... इकडं तिकडं पाहिलं. शिवादाचा आत्मा सूक्ष्मरूपात अबोलपणे सर्वत्र भरून राहिल्यागत झालेला. वस्तू वस्तूतून खुणा उमटलेल्या. पलिकडच्या कट्ट्यावर रोवलेला शिसवी मल्लखांब. खोपड्यात पडलेले लाकडी हत्ती, दगडी जातं, करेल, दांडपट्ट्याच्या खेळाचे सामान. सगळे पैलवान झोपायला यायचे. या कट्ट्यावर एका रांगेत उघडेवाघडे कसेही झोपायचे. पहाटे उठून पाहिल्यावर एका दावणीत सगळे अंडिल खोंड बांधल्यागत दिसायचे... पैदास केंद्रावर असलं खोंड पिकीवत्यात. भराला आलं की गावोगाव पैदाशीला लावून देत्यात. पाच-धा वर्सांत त्या गावच्या आजूबाजूला सगळ्या गायरांची पिल्लावळ त्या खोंडासारखीच. तसंच हे पैलवान. समद्या गावात बियाणाला ठेवलं तर सारी पोरं

धडधाकट निपजतील. घराघरात पैलवान पिकतील नि समदं गावच्या गाव पैलवानांचं हुईल. समद्या जिल्ह्याला भारी...

...पर बेनी शिवादा जाऊन पंधरा-वीस दिवस झालं तरी कुणीच निजायला येत न्हाईत. त्यो हुता तवर तालीम पारवाळांच्या कोठरागत घुमायची... आता थंडगार. नुसती दोन डाव खेळल्यागत करत्यात नि घराकडं जात्यात ते परत वस्तीला येतच न्हाईत. भल्या पाटचं उठून कुणी म्हेनत करायची? करून घेणारा वाघ गेला. हुता तवर समदी चराऽरा कापायची. आता तालमीचं काय हुतंय कुणाला दखल?... आपून तरी वचनाला जागलं पाहिजे. हात हातात दिलाय. आपल्यावर त्येचा खरा जीव हुता म्हणून हे इमान...अवघड हाय.

आंथरुण टाकून एकटाच अढ्याकडं बघत पडला. मन वाटेल तिकडं भरकटत होतं... जलमभर असं एकटं ऱ्हायाला जमंल का न्हाई कुणाला दखल? मागं म्हातारी हाय तवर बघंल. ती गेल्यावर मला बघणार कोण? शिवादागत हाल होऊन मरीन. त्यो हुता तवर धाकात ऱ्हायलो. आधार हुता. आपलं सोनं करील असं वाटत हुतं. आता सोनार गेला नि नुसता सोन्याचा मुद्दा ऱ्हायला. ह्येचा दागिना घडीवणार कोण? आपूण एकटं काय करणार?...

पहाटे आंथरुणाच्या उबीतनं एकटाच बाहेर पडताना मनात कसल्यातरी चमत्कारीक भावना आल्या. उठून मिसरी जाळून दात घासल्यावर, थंड पाण्यानं तोंड धुतल्यावर, मेहनतीनं अंगाला कष्ट दिल्यावर त्या जिथल्या तिथं जिरून गेल्या.

त्यानं खोपड्यातलं रुंद जडशीळ खोरं घेतलं. एका तंद्रीत घसाघस माती उकरू लागला. मऊ मऊ करून टाकू लागला. तांबूस माती. रात्री तिच्यात अनेकांनी धुडगूस घातलेला. तिला कुस्करत तिच्यावर लोळलेले. त्यामुळं घट्ट झालेली. पण उकरल्यावर मऊलूस होणारी. नुकतंच तिला काव, ताक, तेल पाजलं होतं. कावेचा कडक खापरी रंग तिच्यावर चढला होता. तेलकट तांबूसपणानं ती मऊ मादक वाटतेली. मेहनत केल्यावर, कुस्ती अंगावर घेताना हवीहवीशी वाटणारी. तिचा गडद गारवा अंगातील रक्ताची उष्णता काढून घेई. अंगावरील पुरुषी खारट वासाचा घाम पिऊन ती मगरीगत सुस्त पडून राही... आतापर्यंत हिनं अनेक पैलवानांना खेळवलं. अनेकांना लोळवलं. आपल्या अंगावर उलटे-पालटे ओढून घेतले. अनेकांच्या उग्रसाधनेचा विलय करून संसाराला जुंपलं...

त्यानं न ढेपाळता त्या मातीचा औरसचौरस हौद सलगपणानं सूर धरून घामाचं पाणी गाळत उकरून टाकला नि कपाळ निपटत उभा राहिला. समोर दगडी शरीराच्या मारुतीचं चित्र. त्याला स्मरून, वस्तादाचं नाव घेऊन त्यानं तिथंच कट्ट्यावर उत्साहानं पुन्हा थोड्या जोर बैठका मारल्या. अंग गरम गरम झालं.

गरज वाटली तर मातीवर उजेड पडावा म्हणून कधी तरी उघडावयाची झरोक्यासारखी आडव्या झडपेची खिडकी त्यानं उघडली. फार क्वचित उघडली जाणारी ती वस्तू. एरवी तालीम महारुद्राच्या गाभाऱ्यागत किरणबंद. अंधाऱ्या घुमटासारखी जगाचा संबंध तोडून दगडी गारेगार भिंतींनी स्वयंभू अवकाश आखून राहिलेली...ती खिडकी उघडली नि कोवळ्या नैसर्गिक प्रकाशाचे दुधी हात पृथ्वीवरून आत सरकले.

झरोक्याजवळच तो मातीवर अंग सैल सोडून पालथा पडला. बाहेरून येणारी थंडगार हवा अंगावर घेऊ लागला. तिच्यातून बाहेर बघत तसाच डोंगरातील खडकासारखा पडून राहिला.

खिडकीतून बाहेरचं परांजप्याचं परस दिसत होतं. झाडांनी हिरवीगार मुग्ध गूढ झालेली ती जागा. पेरवी, सिताफळ, चाफा, पारिजात यांची झाडं. त्यांच्या फांद्यापानांनी, फुलांनी मायावी निसर्गरूप धारण केलेलं. एका बाजूला केळी. तिच्याजवळ मोगरा, गुलबक्षी, अबोली यांची डौलदार छोटी झाडं. तांबूस माती त्यांना मुग्धपणे अंगावर फुलवीत होती, बहरवीत होती.

तो त्या हिरव्या मायावी रूपाकडं प्राण फेकत डोळे ओतून पाहत राहिला. शालिनीबाई परसदारातून हळूच बाहेर आल्या. नळाला कळशी लावून त्या कडेला लावलेल्या गुलबक्षीच्या आड हळूच गेल्या नि आखाड्याच्या भिंतीकडं तोंड करून लघवीला बसल्या. त्यांच्या लक्षातच आलं नाही की कधी नव्हे तो भुईसपाट असलेला भिंतीचा झरोका आतून उघडला आहे. तशांत फुलझाडांची गर्दी, पण त्यांची गोरीपान मांसल मांडी गुलबक्षीच्या जाळीतून त्याला पिवळ्या नितळ सोनेरी नागिणीसारखी दिसली. एकदम वेगात चालू होणाऱ्या रोलरसारखं त्याचं हृदय धडधडू लागलं. रक्त आकाशाला भिडू लागलं.

शालिनीबाई उठल्या नि नळाजवळ थांबल्या. अपुरं पांढरं जुनेर. कपाळावरची कुंकवाची टिकली नि गळ्यातील काळ्या मण्यांची रेघ जाऊन दोन अडीच वर्षं झालेली. त्यामुळं कांतिमान चेहरा नुकताच न्हाल्यासारखा स्वच्छ मोकळा. केतकी रंगाचा गळा, खालच्या मांसल मोठ्या स्तनांच्या गादीदार मवाटीवर उठून दिसे. पांढऱ्या गळ्याच्या चोळीत त्यांनी काचोळी घातली नव्हती. त्यामुळं त्यांचा आकार पारदर्शी झालेला. त्यांच्यावरचा सुकलेला काळा अंगूर किंचित मोठा असल्यानं दोन्ही बाजूला स्पष्ट उठावलेला. उघड्या पायांच्या पोटऱ्या जिथल्या तिथं घोटीवच राहिलेल्या. त्यांच्यावरच्या मांड्यांचा भार वरपर्यंत पसरत गेलेला. कमरेवरून खाली दृष्टी ओघळू लागली की पसरत जाई. गच्च घातलेल्या आखूड कासोट्यात तो प्रदेश नको इतका उठून दिसे.

कधीपासून त्या पाणी भरत होत्या. हिरव्या विलासी सृष्टीतून रक्ताची धमणी

आडवी तिडवी फिरावी तशा फिरत होत्या. कमरेवरून कळशा वाहताना पाणी सांडून जुनेर पारदर्शक झालेलं. सोनचाफ्याच्या मांड्याचा केतकी रंग त्यातून डोकावलेला नि त्याच्या मस्तकात घमघमतेला. काळ्या विवरातल्या सर्पांना जागा करतेला. कानात सोनेरी फुलं चमकतेली. हातात सोन्याचे बिलवर तसेच राहिलेले. ओठ लांबून लालट वडाच्या फळासारखं दिसतेलं. नाकाचा दांडा मोजून घ्यावा असा बारीक भिवयामध्ये शिरलेला... गुलहौशी सुखमग्न सखारामपंत आपली मदालस पत्नी पाठीमागं ठेवून अचानक गेलेले.

शालिनीबाईंचा अवयव नि अवयव तृप्त वाटत होता. पंतांनी भोगक्रीडा मनमुराद करून त्या मातीला तृप्त करून टाकलं होतं. अंगावरचं केतकीचं बन पाहून त्या कुबेरानं त्या बनावर एकेकाळी अलंकारांची खैरात केली होती. त्यांचं विलासिनी नटवं मन तृप्त करून टाकलं होतं.

शांत मनानं त्या झाडांना पाणी घालत होत्या नि झरोक्याच्या त्या चिंचोळीत त्याचा प्राण सावध सर्पाच्या वेटोळ्यासारखा त्यांना पाहण्यासाठी एकवटला होता. त्यांच्या भरदार शरीराच्या डोंगरदऱ्यातून सैरभैर भटकताना त्याला उद्ध्वस्त करून टाकत होता. माती उकरल्यासारखं ते अंग अंगाखाली घेऊन हातांनी, ओठांनी, मांड्यांनी, मिठ्यांनी, अंगोपांगांनी उकरावं, खावं, उधळावं, अंगावर घ्यावं, त्याच्याशी झटापट करावी नि त्यात खोल खोल उतरून गडप होऊन जावं असं वाटलं.

बाईंच्या मोठ्या मुलाची बायको आपल्या वर्षांच्या गोमट्या मुलाला काखेत घेऊन परसदारात आली. बाळाला हिरवी पानं, फुलं, झाडावरच्या चिमण्या दाखवू लागली... त्याला त्या हिरव्या जंजाळाची पूर्वजन्माची ओळख एकदम पटली नि ते कौतुकानं पाहत हसू लागलं. शालिनीबाईंच्या मोठ्या मुलाच्या तोंडातून पडलेलं त्याचं रूप. त्याला अभिमानानं घेऊन एखाद्या निळ्या डोळ्यांच्या नागकन्येसारखी सूनबाई त्या झाडांच्या विश्वात उभी राहिलेली. वेणीतील मोगऱ्याचा गजरा वेणीपुढं घेतल्यानं नाकाजवळ घमघमतेला. स्नान करून ती पावसानंतरच्या वनराईसारखी ठळक नितळ होऊन परसात आलेली.

शालिनीबाई बाळाशी अधूनमधून बोलत होत्या. फूल पाहिजे का, चिमणी पाहिजे का म्हणत होत्या... चाळीशीच्या आतच त्यांना हा नातू झालेला...सरळ पंतांचा साचा घेऊन जन्मलेला.

तो आणखी अस्वस्थ झाला. त्याच्या अंगाखालची माती ऊन ऊन होऊ लागली. अंग मातीशी घासत तो तिथंच पडून राहिला. एका हाताची बोटं दुसऱ्या हातात धरून पुसू लागला. मुठीतल्या मुठीत फिरवू लागला. वासनेची शेपूट आपटत तिथंच वळवळू लागला.

पाणी घालून झालं नि बाईंनी आपल्या केवडी पायांची पातळ पानं धुतली. त्या आत गेल्या. परसदार सुनेनं पुढं केलं नि तीही मायाविनीसारखी नाहीशी झाली.

वरून शांत दिसणारं आभाळ आत आत मुका आकान्त करणारं. हिरवीगार बाग पाण्यात डुलू लागली. बागेतली खालची तांबूळ माती ताज्या घातलेल्या पाण्यानं अधिकच तृप्त सुगंधित झाली होती. बागेतल्या सावल्यांना ती गारवा पसरू लागली... सूर्य एका बाजूने भुईतून वर येत होता. त्याची किरणं झाडांच्या शेंड्यावर अलगद उतरत होती.

दार वाजलं नि तो भानावर आला. पाठीमागं पाहिलं. कुणीच नव्हतं. पुढं केलेलं दार वाऱ्याच्या झुळुकीनं किंचित हललं होतं नि त्याची कडी वाजली होती.

त्यानं पुन्हा पाठीमागं पाहिलं. दाराची फट किंचित जास्त झाली होती. आतल्या काळोखामुळं ती जास्त ठळक जाणवत होती. उजेडाचं पातं तिच्यातून तिरकं घुसून अंधाराच्या गर्भाशयात मातीवर सांडत होतं. कुठल्यातरी सनातन गूढावर अस्पष्ट प्रकाश पडल्यासारखा तो कवडसा भासत होता...मातीच माती उकरून पडलेली, उंच सखल अंगाची. पुरुषाचा घाम पिणारी तांबूळ माती. तेल पिऊन मादक झालेली... त्या मातीत कुणीही नाही. सगळं शांत.

त्याला उगीचच वाटू लागलं या ओलसर मातीत गुलबक्षीची, अबोलीची, मोगऱ्याची झाडं लावावीत. झाडं लावल्यावर ही खिडकीची ठणठणीत दगडी भिंत पाडावी. वरचा आखाड्याचा घुमट फोडावा. मातीला आकाश मोकळं करून द्यावं. मग पंतांची बायको ह्याही झाडांना पाणी घालील. सगळं रान एक होऊन जाईल. ही माती उगीचच पिकावाचून पडलीय. ह्यो मारुती गावाबाहेरच्या देवळात नेऊन ठेवावा... शिवादा, तू ही उजेडाची खिडकी एकदा तरी उघडायला पाहिजे हुतीस. बरं झालं असतं. पाठीमागं वसाला तरी कुणी ऱ्हायलं असतं. एखादं तरी तुझ्यासारखं पोर तुझ्या पोटाला आलं असतं. तुझा साच्या पाठीमागं ठेवून तू जायला पाहिजे हुतास. सवाई झाला असता त्यो. तुझी आठवण म्हणून ह्या आखाड्यानं संभाळला असता. नुसती ही खिडकी उघडाय पाहिजे हुतीस... जलमभर अंधारातच घुमत ऱ्हायलास. काय केलंस हे?

हजारो वर्षांच्या समाधीतून पुराण पुरुष उठावा तसा तो उठून बसला. एकटाच सरळसोट मातीवर उभा राहिला. भुईच्या उपांगातून वर उसळलेल्या फांदी नसलेल्या झाडाच्या बुध्यांसारखा.

मातीवरून हत्तीसारखा चालत मधे आला. पायांना ती मखमलीसारखी लागत होती. तिथंच भिंतीला टेकून दोन्ही पायांचे ताठ खांब दोन्ही बाजूला टाकून बसला. मांड्यांच्या मधली मऊ मऊ माती दोन्ही हातांत घेऊन सहज झेलू लागला. एका एका हातात बचकबचकभर जडजड माती. मोठमोठ्या रामफळाएवढी. तिला तो

दाबू लागला. तिच्यात हाताची बोटं रोवू लागला.

...बसल्या बसल्या त्यानं दोन्ही मांड्याभोवतीनं त्या गारगार मातीचा उंच थर रचला नि अर्ध्या अधिक मांड्या तिच्यात बुजवल्या. ती मऊलूस. माती अंगावर आंघोळीचं पाणी घ्यावं तशी घेऊ लागला ...योगमायेनं घातलेल्या पाण्यातील शिवलिंगासारखा तिच्यात न्हाऊ लागला ...शंभोऽऽ माझ्या वाटंवर आता काय सोडणार? मी या मातीत तुझ्या लिंगासारखाच बुडाय लागलोय. पार्वती मायेऽ, मला सांभाळ!

◆

# मळवट

**ज**गदंऽब! जगदंऽब! जगदंऽब!

रात्री उशिरा झोप लागली तरी पहाटे साडेपाचलाच दादा अंथरुणात उठून बसले. आज देवीचा वार आणि अविधवानवमी दोन्ही एकदम हातात हात घालून आलेली. शांताचा पहिलाच श्राद्धदिन शुक्रवारी यावा. विलक्षण योगायोग! जगदंबेचा काही संकेत असेल?... असेलही आणि नसेलही. काही सांगता येत नाही. हे माझ्या मनाचेही खेळ असतील. शुक्रवार तर आठ दिवसांनी नेहमीच येतो. तरीही गूढ अज्ञातात काय चालतं कळत नाही.

वाड्याच्या परसदारी स्नानसंध्या सगळे विधी आटोपेपर्यंत झुंजुमुंजू दिसू लागलं. आडाचं पाणी ओढता ओढता, स्नान करता करता त्यांचे मंत्र अखंड चालले.

परसात फुलझाडं, केळी, सीताफळी, दोन नारळी, शेवगा, पेरू होते. जगदंबेच्या पूजेला फुलं फळं भरपूर होती. आणखी एक विलक्षण तांबड्या फुलांनी फुलणारं नि बारीक बारीक फळं धरता धरताच त्यांचा अकाली त्याग करणारं डाळिंबाचं शापित झाड होतं. दादांनी त्याची किती तरी काळजी घेतली; पण त्याच्यावर डाळिंबं टिकत नव्हती.

आता त्या डाळिंबावर चिमण्या लगडल्या होत्या. दुधी थंडगार प्रकाशात त्या उत्साहानं किलबिल करीत होत्या. ही किलबिल त्या वाड्याला पहाट झाल्याचं सांगे.

किलबिल ऐकून मनोहरची बायको उठली. थोड्या वेळानं मनोहरही उठला.

मळ्याकडून दूध आलं. मग स्टोव्हचा आवाज सुरू झाला.

"दादा, चहा झालाय." फुलं तोडणाऱ्या दादांना मनूनं हाक मारली.

भरलेल्या फुलांची परडी घेऊन दादा आत आले.

"शालू उठली नाही?"

"अजून उठल्या नसाव्यात, उठवू का?" सूनबाई.

"नको, झोपू दे. अवघडलेली आहे. रात्री काही गडबड नाही ना?"

"नाही. अजून आठ-दहा दिवसांचा अवकाश असावा."

"ठीक आहे. आज अविधवानवमी आहे."

"हो. लक्षात आहे माझ्या. कालच तुम्ही सांगितलंय."

"ते नाही म्हणत मी. मदतीला कुणी दुसरं माणूस बोलवावं लागलं तर बोलाव. ...का शालूला मदत करायला जमेल?"

"मी एकटी करीन ना. एवढा काही ताण पडणार नाही माझ्यावर."

"ठीक आहे."

दादांना मनोमन बरं वाटलं. सूनबाई शहरातून आलेली. बोलकी, चुणचुणीत. शालूला त्यांचं बोलणं ऐकून जाग आली. वाढलेलं नगाऱ्यासारखं पोट सावरीत ती हळूहळू आली.

"मी करीन हो वैनी मदत." असं म्हणून पाट घेऊन दादांसमोर बसली.

"ठीक आहे ना सगळं?"

"ठीक नसायला काय झालं? अजून आठ-दहा दिवसांचा तरी अवधी असावा. जास्तच खरं, कमी नाही."

ती भुईवर हात टेकून उठली. परसदारी तोंड धुऊन आली. स्वच्छ निर्मळ चेहरा करून ताज्या दुधाचा चहा, वहिनीशी बोलत बोलत भुरकू लागली. बोलता बोलता स्वैपाकाच्या गोष्टी निघाल्या. आईच्या आठवणी निघाल्या आणि त्यांच्या लक्षात आलं की आपल्यापेक्षा दादांनाच आईच्या आवडीच्या वस्तू अधिक माहीत आहेत. आदल्या दिवशी त्यांनी आईच्या आवडीचे जे पदार्थ सांगितले ते सगळेच मनू-शालूला सांगता आले नसते.

"जगदंऽब! जगदंऽब! जगदंऽब!

दादांची पूजा संपली. त्यांनी डोळे मिटून दोन्ही हात जोडून देवीचा खोल गंभीर घोष केला. मिटल्या डोळ्यांपुढं पहाटेपासून मनात मांडी घालून बसलेली शांतावहिनींची सुवासिनी प्रतिमा ठळक होऊन आली... शेवटच्या क्षणाचं शांतावहिनींचं दर्शन. मांडी घालून त्यांना भिंतीला टेकवून बसवलेलं. हिरवंगार पातळ, हिरवागार कोपरापर्यंत भरलेला चुडा, नाकात मोत्यांची नथ, गल्लीतल्या सुवासिनी त्यांची गळत्या डोळ्यांनी ओटी भरणाऱ्या, कुंकवानं भरलेलं कपाळ, भांग गडद गडद माखलेला,

सुटलेले केस खांद्यावर घेतलेले... अखेरचं न्हाऊन शांतावहिनी जगदंबेसारख्या शांतपणे पूजा स्वीकारत बसलेल्या... तीव्र स्मरणाने मिटलेले दादांचे डोळे आतल्या आत रसरसलेले आणि ताम्रवर्णी होऊन गेलेले... त्यांनी डोळे उघडले. जगदंबेकडे नजरेत पाणी आणून एकटक पुन्हा पाहिलं. डोळ्यांना डोळे गाढ भेटवले... डाळिंबी रंगाचं पातळ, हिरवागार चुडा, पिवळी चंपकवर्णी कांती, नाकातली नथ, कपाळावर कुंकवाचा मोठा ठळक टिळा ...शांता ऽऽ! माते जगदंबे ऽऽ!... हे काय? कोणतं रूप हे तुझं? मला गोंधळवू नको. माझ्याकडे अशी करुणाकर नेत्रांनी पाहू नको. मी तुझ्यातच गुंतून आहे. शांताऽ, तू माझ्या जगदंबेच्या रूपात आहेस... मी तुझा मनू आहे. तुझी अखंड पूजा चालू राहणार आहे मातेऽ!

"जगदंब! जगदंऽब! जगदंऽब!"

दादांनी हात जोडून उत्कटपणे पुन्हा डोळे मिटले. नमस्कार करून पूजास्थान सोडले. नैवेद्य घेऊन देवघरातून बाहेर पडले.

दीड तास कसा गेला ते कळले नाही. ओसरीवर शेतावरचा गणू आणि दत्तू येऊन बसले होते. त्यांच्याबरोबर थोडा वेळ बोलून त्यांना चहा देऊन ते आपल्या मठीकडे गेले. शांतावहिनींच्या प्रतिमेला घालण्यासाठी त्यांनी करंडीतील काही फुलं अगोदरच काढून ठेवली होती. कुणाशीही काही न बोलता त्यांनी सुई दोरा घेऊन त्यांचा घोसदार गजरा तयार केला आणि शांता वहिनींच्या प्रतिमेखालच्या खिळ्याला हळूच अडकून दिला.

दोन वाजून गेले होते. श्राद्धविधी आटोपून भटजी भोजन करून गेले होते. सुवासिनींची जेवणं आवरली होती. त्यांच्या ओट्या भरण्याचा विधी संपलेला. सूनबाई नि शालू त्यांना कुंकू लावत असलेल्या. कुंकू लावता लावता तृप्त मनानं काही बोलणी चाललेली. शालूच्या गर्भारपणाचं कौतुक चाललेलं. सूनबाईला असंच काही तरी लौकर मिळविण्याविषयी सूचना मिळत असलेल्या.

भाद्रपदाच्या ऊन्हातून घामाघूम होऊन पोस्टमन दारात आला. दादा सोप्यात बसलेले. त्यांच्या हातात त्यानं एक आंतरदेशीय पत्र दिलं. त्याच्या खाकी डगल्यातील थबथबलेल्या काळ्याकरंद अंगाकडं पाहून दादा म्हणाले, "बैस, थोडं खा नि मग जा!"

अज्ञातातून एखादं भुकेलं श्वापद यावं नि वाड्याच्या दगडी, गार सावलीत तृप्त होऊन जावं तसा तो श्रीखंडाची वाटी, भाजी-पोळी खाऊन, पाणी पिऊन ढर्रकन ढेकर देऊन पुन्हा माध्यान्हीच्या उन्हात नाहीसा झाला. मागोमाग सुवासिनी गेल्या.

पत्र वाचून दादा चिंताक्रांत झाले. शालू चौकटीपाशी येऊन उत्सुकतेनं उभी. दादांनी पत्र तिच्या हातात दिलं. तिच्या सासऱ्याचं पत्र, रघुबद्दलचं. त्याला अचानक रक्ताच्या उलट्या झाल्या होत्या. इस्पितळात दाखल केलं होतं. दादांना ताबडतोब

यायला सांगितलं होतं. पत्र वाचून शालू चिंतेत पडली.

''दादा, तुम्ही लगेच जाऊन या. मला काही तर वेगळं असावं अशी शंका येतेय. त्यांचा स्वभाव हा असा. एखाद्या वेळेस जिवाचं बरंवाईट पुन्हा करून घ्यायचे.'' रघूच्या अलीकडील चमत्कारिक वागण्यामुळं शालू अस्वस्थ होई.

दादांनी होकारार्थी मान हलवली.

''उद्या सकाळीच मी पहिल्या गाडीनं जातो.''

पत्र घेऊन शालू देवघरात गेली. जगदंबेला तिनं वाकून नमस्कार केला. डोळ्यांत पाणी आणून तिच्या डोळ्यांकडं पाहू लागली. तिचे सौभाग्यवान डोळे तिच्या डोळ्यांशी, कपाळाशी, कपाळमध्यावरच्या कुंकवाशी एकटक भिडले. ती व्याकुळ झाली. लगबग तिनं करंड्यातील कुंकू देवीला लावलं नि आपल्याला तिच्या साक्षीनं लावून घेतलं.

गेले दोनतीन महिने रघू त्या कुंकवाच्या भगव्या ज्योतीवर सारखी झडप घालू पाहत होता. केवळ त्याच्या इच्छेविरूद्ध त्याची बदली झाली म्हणून. बदली रद्द व्हावी म्हणून त्याच्या संतापी, चिडखोर, जिद्दीला पेटणाऱ्या, आत्मघातकी स्वभावानं जिवाचा आटापिटा करून घेतला. वरच्या अधिकाऱ्याबरोबर युद्ध मांडलं. अधिकाऱ्यांनी आव्हान दिलं, ''बदली कशी रद्द होते ते पाहू.'' शेवटी अधिकाऱ्याचंच खरं झालं. रघूला बदलीच्या गावी हजर राहण्याचा हुकूम आला नि त्यानं अपमानानं, पराभवानं होरपळून आत्मघाताचे प्रयत्न केले. सर्वांनी त्याला परोपरीनं सांगितलं. परावृत्त करण्याचा प्रयत्न केला. दादांनी नि रघूच्या वडिलांनी, ''उत्तरेतील तीर्थस्थळं पाहून ये. मनाला शांती मिळेल. अविचार निघून जाईल.'' म्हणून सांगितलं नि यात्राकंपनीचं तिकीट काढून दिलं.

तो तीर्थयात्रेला निघाला नि शालू पहिल्या बाळंतपणाला माहेरी आली. प्रवासाहून शालूला चांगली पत्रं आली. ती निश्चिंत झाली.

एक महिन्यानं परत आल्यावर पुन्हा आठ-दहा दिवस बरे गेले. शेवटी त्यानं नोकरीचा राजीनामा दिला. पंधरा दिवस बरे गेले नि आज हे पत्र.

दादांच्या मनावरचा ताण आणखी वाढला... माये, आणखी माझ्या नशिबी काय वाढून ठेवलं आहेस?

शनिवारी सकाळी लवकरच ते पहिल्या गाडीनं गेले. तीसपस्तीस मैलांचा प्रवास, मनात शंकाचे काहूर.

ते जाऊन पोचले आणि त्यांच्या लक्षात आलं की सगळं गुरूवारी सायंकाळीच आटोपलं आहे!

हातपाय गाळून बसलेल्या रघूच्या वडिलांना दादांनी बाजूला बोलावून घेतलं नि विचारलं. खोल कोमेजलेल्या आवाजात ते बोलले, ''त्यानं शेवटी आत्महत्या

केली. वाच्यता नको म्हणून आम्हीच विनंती केली नि डॉक्टरांनी सर्टिफिकेट दिलं. मुकाटपणे कुणाची वाट न बघता ताबडतोब अंत्यविधी उरकून घेतला. शेवटी पुन्हा मेलेल्या देहाच्या चिंध्या पाहायचं नशिबी नको.'' रघूच्या वडिलांच्या अंगावर आकाश कोसळल्यागत झालं होतं.

दादांच्या अंगावर आकाशाची दुसरी बाजू कोसळली; पण तिथं त्यांना ते व्यक्त करता येईना. वरवर तरी सर्वांना धीर देणं आवश्यक होतं. आतून त्यांच्या मनात दिसात पडलेल्या, पोटाचा प्रचंड घट सांभाळणाऱ्या, कपाळावर कुंकू नसलेल्या करुणामूर्ती शालूचा विधवा चेहरा पुन:पुन्हा दिसू लागला... गरोदर विधवा. तिचं भवितव्य संपलेलं. असं असतानाही दुसऱ्या संकटासारख्या येणाऱ्या आणखी एका जिवाला ती जन्माला घालणार होती. आयुष्याची अधिकच होरपळ होऊन मातीही भाजून निघणार होती. दादा आतल्या आत फुटत होते नि वर सर्वांना धीर देत होते.

संस्कार झाल्यावर तिसऱ्या दिवशी ते जायला निघाले. रघूचे आईवडील, थोरले बंधू आणि दादा तासभर एकत्र बसले. साधा डॉक्टर असलेल्या थोरल्या बंधूंनी दादांना एक सूचना दिली, ''शालूला हे कोणत्याही परिस्थितीत बाळंतपण होईपर्यंत बोलू नका. तिच्या मनावर परिणाम होईल. त्याचा परिणाम कदाचित पोटातल्या मुलावर होईल. कदाचित दिवस भरायच्या अगोदरच त्यामुळं ती बाळंत होईल... रघू आजारी आहे एवढंच तिला बोला.''

''ठीक आहे.''

ते ऐकून रघूच्या आईला उमाळा आला नि ती रडू लागली. रघूच्या वडिलांनी तिला आवरलं. थोरले बंधू म्हणाले, ''आमच्याकडून रघूच्या प्रकृतीविषयीची आणि त्याला बरं वाटत असल्याची पत्रं येतील. तुम्हीही केवळ शालूच्या समाधानासाठी इकडं पत्र पाठवीत राहा... तिला जपलं पाहिजे.''

''ठीक आहे.'' दादा गंभीर होते. पण त्यांचे डोळे पाण्यानं भरत होते.

सांत्वनाचे पुन्हा चार शब्द बोलून डोक्यावरचा दु:खाचा डोंगर उचलीत दादा उठले...जगदंऽब! जगदंऽब! जगदंऽब!...विपरीत दु:ख!

एकटेच स्टँडकडे जायला निघाले... आभाळाखाली एकटं एकटं वाटू लागलं. त्या भरातच मोटारस्टँड मागं सोडून दिलं. माणसांची दिशाहीन गर्दी. आंधळा अर्थहीन गलबला. माणसांचं संसारी विश्वच त्यांना नको वाटू लागलं. मनात विलक्षण विचार इतके घोंगावत होते की चमचमत्या उन्हाकडे, उन्हानं कोमेजत जाणाऱ्या हिरव्या सृष्टीकडे ते आपोआप खेचले जात होते. ठराविक दिशेनं ठराविक दिशेला नेणारे रस्ते नको वाटत होते.

माळामाळांनी पूर्वीच्या पुसट झालेल्या जुनाट मधल्या वाटेनं ते गावी जाऊ लागले. एकटे, सैरभैर चालू लागले... पायांना चालचाल चालवत ठेवू. मन मोकाट

फिरू दे, पाहू दे. माणसं नकोत की त्यांचा हा खुरटा गलबला नको. जगदंबेच्या विश्वात जाऊ. उन्हं असू देत नाही तर रात्र असू दे... या भंगुर शरीराच्या चिंध्या करून टाकू. या माळावर ते फुटू दे... माळामाळानं त्याचे तुकडे पडत जाऊ देत. गावी वाड्याच्या उंबऱ्यात शेवटचा तुकडा पडून ते संपलं तर सोनं होईल. जगदंबेच्या पायी विलीन होऊन तरी जाता येईल...

अंग होरपळलं, पायाखालची सृष्टी कोमेजून गेली, वारा पार पडला, आकाशात चार-दोन पांढरे ढग येऊन गुदमर झाली तरी त्यांच्या पायांचे यंत्र पाचसहा तास चालतच राहिले. सगळी सृष्टी स्थिर डोळ्यांनी त्यांच्याकडं पाहत होती. सत्त्वपरीक्षा घेत होती.

पाचच्या सुमारास सूर्य, उन्हं, वारा, माळ, सृष्टी स्वत:च शरण आल्यासारखी झाली. उन्हं मंद झाली. सृष्टीची कोमेज कमी झाली नि ती हिरवी माऊली हलू डोलू लागली.

दादांचा कढ थोडा ओसरल्यागत झाला. भुईतून वर आल्यागत दिसणारा एक मोटकरी ताना घेऊन गाणं म्हणत होता. फुलार धारण केलेल्या आभाळाखालच्या पिकांना पाणी देत होता. धरतीच्या स्तनांसारखी वाटणारी मोट पावसाळ्याचं ताजं ताजं पाणी वर ओढून काढीत होती नि पिकांच्या मुखात सोडीत होती...दादांना वाटलं, पायांना त्यात नेऊन थोडा वेळ विश्रांती द्यावी. जिभेवर दोन घोट सोडावेत.

घटकाभराची विश्रांती घेऊन ते पुन्हा उठले. रात्री नऊ वाजता घरी पोचले. मनू, सूनाबाई, शालू त्यांच्या भोवतीनं बसली. शालूचे प्राण कानांत, डोळ्यांत आले होते.

"त्यांची प्रकृती कशी आहे?" तिनं अधीरतेनं विचारलं.

"ठीक आहे. आता त्याला बरं वाटतंय. तू निश्चिंत राहा." ते गंभीरच दिसले. अंतर्मुख होऊन स्वत:शीच बोलल्यागत बोलले. शालूला फारसं बरं वाटलं नाही. तिला शंका आली.

"काय काय झालं ते सगळं सांगा मला?"

दादांनी बरंचसं सांगितलं नि शेवटी म्हणाले, "दोन दिवस गंभीर स्थिती होती म्हणून राहिलो. आता काळजी करण्यासारखी स्थिती नाही म्हणून आलो. निपचित झोपून आहे. त्यांना खूप विश्रांतीची आवश्यकता आहे. म्हणून बोलू शकलो नाही... बाकी काय सांगू?"

"मग तुम्ही असे खचल्यासारखे का? फारच गंभीर झाला आहात!"

"खूप थकलो आहे. सकाळपासून पोटात काही नाही. दोन दिवस मनावर ताण होता... जगदंऽब! जगदंऽब! जगदंऽब! तुमची जेवणं झाली?"

"नाही अजून. तुमचीच वाट पाहत आहोत."

"मग पानं मांडा. सगळे एकदमच बसू."

दादांनी थोडा उत्साह आणण्याचा प्रयत्न केला. चेहऱ्यावर हास्य उपसून ठेवलं.

जेवताना शालू अधिकच गंभीर झालेली दिसली. दादा अधून मधून चार चार मिनिटे तिच्याकडे टक लावून पाहू लागले. ती गंभीरच. पण कपाळावरचं भलं मोठं कुंकू अधिक लालट भगवं दिसणारं. अधिक कोरल्यासाखं वाटणारं. गोऱ्या भरदार रुंद गळ्यावर काळीभोर मंगळसूत्राची, प्रतिपदेच्या वर्धिष्णू चंद्रासारखी रेषा. ते अपराधी भावनेनं पोटात घास ढकलू लागले.

काळीभोर अमावस्या येऊन गेली नि अश्विन शुद्ध प्रतिपदेची पहाट उगवली. जगदंबेच्या नवरात्राची पहिली माळ. घटस्थापनेचा दिवस! त्या सरकत जाणाऱ्या काळरात्री दादा तिन्ही प्रहर विंचूदंश झाल्यागत अस्वस्थ होते... देवीचा उत्सव करणं बरं दिसणार नाही. शालूचं सौभाग्य गेलं आहे. नुकतेच आठ दिवस झाले आहेत...नाही केलं तरी शालूला काय वाटेल? तिला सर्व काही उमजून येईल. ती सासरला जाण्याचा हट्ट धरून बसेल...तिच्या मनावर विपरीत परिणाम झाला तर? आज उद्या चार दिवसांत बाळंतही होईल. अशा वेळी तिच्या मनाला धक्का बसला तर?

तिच्या मनाला धक्का पोचू नये म्हणून का नवरात्र साजरं करायचं? ...देवीला काय वाटेल? केवळ शालूला सांभाळण्यासाठी नवरात्र? ...देवीची फसवणूक... नाही, नाही. नवरात्र नको! काय होईल ते होवो.

गेल्या वीस वर्षांची परंपरा इथं खंडित होणार आहे. हे घर, घरातील जगदंबा माझी राहिली आहे कुठं? ती या साऱ्या गावाची झाली आहे. सारं गाव नऊ दिवस नऊ रात्री देवीला येतं. दर्शन घेतं, उत्सव साजरा करतं. घराला मंदिराची कळा येते. हे देवीचंच महात्म्य. तिला माझ्या निमित्तानं या गावात यावयाचं होतं... मी निमित्तमात्र. खरं म्हणजे हेही खरं नाही. देवीचं सर्वत्रच चिन्मय अस्तित्व आहे. देवीला आणणारा मी कोण? देवीच्या कोणत्याही आचारात आड येणारा मी कोण? मी माझी दु:खं, मनावरचे ताण देवीच्या उत्सवाच्या आड का आणू? ...आजवर कधीही आणले नाहीत. निकराच्या वेळी देवीवरच भार ठेवला. तिनं दिलेली दृष्टीच प्रमाण मानली. निष्ठा ठेवून शांताचं दु:ख सहन केलं, अजून सोसतोय. तीन अपत्यं देवीच्या ओटीत परत करून मोकळा झालो. जगदंबे, चुकणाऱ्या लेकराला क्षमा कर! तुझ्या व्यवस्थेत खंड पडणार नाही. पडू देऊ नकोस. तशी बुद्धी या लेकराला देऊ नकोस. मनाला सामर्थ्य दे, आई!

''जगदंऽब! जगदंऽब! जगदंऽब?'' नेहमीप्रमाणेच दादा पहाटे उठून बसले नि संयमपूर्वक घटस्थापनेच्या विधीसाठी उद्योगाला लागले. मनूला त्यांनी एका बाजूला नेऊन विश्वासात घेतलं. सर्व काही घडलेलं सांगितलं. मनू गडबडून गेला; पण दादांनी मन घट्ट करायला सांगितलं. सूनबाईलाही विश्वासात घेऊन सांगितलं. एवढी तरतरीत सून पण हातापायातलं बळ जाऊन तिथंच मटकन बसली. दादांच्या घोर

निर्णयानं ती हबकून गेली. दादांनी चार शब्द सांगून तिला सावरलं. प्रसंग ओळखून दोघांनाही धीरानं वागायला सांगितलं. शालू बाळंत होऊन पंधरा दिवस होईपर्यंत काहीच बोलायचं नाही असा निर्णय घेतला.

बसता-उठता कडक नवरात्र बसले. संसाराचा, घराचा, येणाऱ्या-जाणाऱ्यांचा नि शालूचा भार मनूवर आणि सूनबाईवर पूर्णपणे सोपविला. प्रसवक्षम प्रकृतीचे प्रतीक असलेल्या घटाची स्थापना झाली. भोवतीनं धान्यबीजे पेरली. जगदंबेनं डाळिंबाच्या फुलासारखे नवे वस्त्र, नवे अलंकार धारण केले.

नक्तभोजन करणाऱ्या व्रतधारी दादांचा सप्तशतीचा पाठ घुमू लागला... जगदंबेच्या दर्शनासाठी गावातील स्त्रियांची जा-ये होऊ लागली. घराला यात्रेतील मंदिराची कळा आली.

माळा वाढू लागल्या. घटाच्या ओलाव्यानं बीजं अंकुरून सोनेरी रूप धारण करू लागली. अवघडलेली शालू समोरून सौभाग्यखुणा घेऊन वावरू लागली. गंभीरपणे देवीच्या व्रतात, पाठात मग्न होत चाललेले दादा तिला पाहून अधिकच मोठ्याने पाठ म्हणू लागले. ढासळणाऱ्या मनाला कुठं तरी वर खेचू लागले. तरीही त्यांच्या मनात शालूच्या कुंकवाचा टिळा जगदंबेच्या आकाशाएवढा होऊन राहिला. रघूच्या थोरल्या बंधूचं 'प्रकृती बरी असल्याचं' पत्र आल्यामुळे आणि उत्सवाच्या गर्दीमुळे शालू काहीशी उल्हसित झाली होती. घुमटाकार तृप्त कायेवर घटाच्या भोवतीनं असलेल्या कोंभासारखी पिवळी कांती आलेली. स्वयंभू वाढत वाढत चाललेली. दादांना ती विपरीत गूढ वाटू लागली... डाळिंबावरची सगळी फुलं गळतात तरी ती पुन्हा का येतात? ती कुणासाठी येतात? मरण नक्की ठाऊक असूनही येतात... त्यांचा बाप कोण? जगदंबेवर हवाला ठेवून ते हे प्रश्न सोसत होते. एक विलक्षण नाट्य घरात आणि त्यांच्या मनात घडत होतं.

आठव्या दिवशी जगदंबेची अनेक रूपं घागर खेळायला आली. गावातल्या स्त्रिया वाड्यात मावेनाशा झाल्या. घागरी फुंकू लागल्या. श्रद्धाळू स्त्रियांनी आपली साकडी घातली. त्यांना उत्तरे मिळू लागली. व्रतवैकल्ये करण्याचे आदेश होऊ लागले.

मनात संकल्प करून गर्दीतून शालू कशी केव्हा आली ते कळलं नाही. सर्वांच्या साक्षीनं ती आलेल्या देवतांना विचारू लागली, ''माये, माझे पती गेले दोन तीन महिने बेचैन आहेत. (दादा ऐकून अस्वस्थ झाले.) आत्मघात करून घेऊ पाहतात. माझ्या सौभाग्याची मला काळजी लागली आहे. (दादांचे डोहासारखे डोळे डबडबून आले. तरी ते अशब्दच बसलेले.) माये, मी काय करू?''

एकजण थांबली नि तिनं देवीसमोरच्या कुंकवाचा करंडा उचलला. खेळ म्हणून पाहत होते तरी दादा अनपेक्षितपणे गांगरले. आतून हादरले. देवी घुमत बोलू

लागली, "चिंता करू नको मुली. तुझं सौभाग्य अखंड आहे!" देवीनं शालूच्या कपाळाला मळवट भरला नि पुन्हा जोरात घुमू लागली.

मळवट भरलेलं शालूचं कपाळ पाहून दादांना ओरडावं असं वाटलं. पण ते मनातच जगदंऽब शब्दांना दडपून सुन्न होऊन बसून राहिले. डोक्यात अज्ञातातून घणाघात होत होते... याचा अर्थ काय? का हा नुसता खेळच? हा खेळ असाच का व्हावा? डाळिंबावर पुन्हा पुन्हा प्रश्न का उगवावेत? त्यांची उत्तरं कुठं आणि कशी शोधायची? दादांच्या भोवतीनं वाडा गरगरत राहिला.

शालू बाळंत होऊन आज बारा दिवस झाले. तिच्या सासरी ही बातमी कळविली होती. दसऱ्याच्या तिसऱ्याच दिवशी बाळंत होऊन तिला मुलगा झाला होता. दहा दिवसांनी इस्पितळातून परत आणण्यापूर्वी दादा, मनू, सूनबाई पुन्हा एकत्र बसली नि विचारविनिमय झाला.

"दादा, शालू बाळंत होऊन आजचा बारावा दिवस. मुलगा ठीक आहे.

तिचीही प्रकृती चांगली असल्याचं डॉक्टरांनी सांगितलंय. मी डॉक्टरांना रघूचंही सगळं सांगितलंय. ते म्हणाले, "हळुवारपणं शालूला सगळं सांगून टाका, नाही तर फार दिवस तसंच ठेवून पुढं सांगितलं तर त्याचाही विपरीत परिणाम तिच्यावर होण्याची शक्यता आहे." सूनबाई समजुतीच्या भाषेत बोलली.

दादा खोल अबोल झाले.

मनू म्हणाला, "हा भयंकर ताण आता मला असह्य झालाय. किती भयानक परिस्थिती आहे ही. यात शालूचं काही तरी झालं तर?

"नाही व्हायचं. बारसं नीट होऊ दे. मग आपण काय करायचं त्याचा निर्णय घेऊ." दादा बोलले.

त्यांच्या मनात वेगळ्याच प्रश्नांचं मोहोळ घोंगावत होतं. शालू बाळंत झाल्यापासून त्यांचा मुक्काम बहुधा देवघरातच असे. जगदंबेच्या कपाळावरील डाळिंबरंगी मळवटाकडे अधूनमधून पाहत ते बसून 'देवी उपनिषद' आणि 'नित्यषोडशिकार्णव' ग्रंथ उघडून मोठ्याने वाचन करीत...श्लोकाश्लोकावर थांबून स्वतःच्या मनात खोलखोल जात. काहीतरी अन्वायार्थ लावू बघत. थकून पुन्हा परत येत नि वाचनात बुडत.

क्षीण झाले होते, तरी आज बारसं म्हणून मठीत जरा लौकरच पहाटे उठून बसले. उपासानंही खूप थकावट आली होती, ती अजून गेली नव्हती.

नामकरण समारंभ यथासांग पार पडला नि सुवासिनींनी मातृत्व प्राप्त झालेल्या शालूची ओटी भरली. शालू आतून उदासवाणी झालेली. सगळेच सावल्यासारखे का वावरतात हे तिला कळेनासं झालं होतं.

नमस्कार करण्यासाठी ओटी भरलेली तशीच सावरत, कपाळभर कुंकू घेऊन ती देवघरात आली. वाकून तिनं प्रथम देवीला आणि नंतर दादांना नमस्कार केला.

शालूनं नमस्कार केल्यावर ते खोल आवाजात बोलले, “आयुष्यमान भव मुली.”...

ती तशीच काही विचारावं म्हणून उभी राहिली.

“जा शालू, बाळाजवळ जाऊन बैस. पूर्ण विश्रांती घे. निश्चिंत राहा.” असं बोलून ग्रंथवाचनाच्या निमित्तानं त्यांनी तोंड खाली फिरवलं. शालू जड पावलांनी मागे वळून पाठमोरी झाली...काय पाहतो आहे मी हे?...

॥जगदंऽब! जगदंऽब! जगदंऽब!

हृत्पुंडरीकमध्यस्थां प्रात:सूर्यसमप्रभाम्।

पाशाङ्कुशधरां सौम्यां वरदाभयहस्तकाम्।

त्रिनेत्रां रक्तवसनां भक्तकामदुघां भजे ॥

...जगदंऽबे तुझ्या हातातल्या या पाशांकुशानं तू शालूचं सौभाग्य हरवून नेलंस की अष्टमीच्या त्या रात्री अभयदान देणाऱ्या वरदहस्तानं सौभाग्य परत दिलंस? काय समजायचा मी त्याचा अर्थ? रघूची राख तर मी माझ्या हातांनी भरून गंगार्पण केली. अशा वेळी शालूला तू कुंकू दिलंस तरी कसं? का तो सगळा खेळ होता म्हणून सोडून देऊ? पण सर्वकाळ खेळच मांडला आहेस ना? मग हा खेळ कुठला? त्या भासमान खेळातलाही हा आणखी भासमान खेळ की जगड्व्याळ नियतीचा विलक्षण चकवा? हा योगायोग असाच का घडावा? उलटा का घडू नये?... त्या कुंकवाचा अर्थ काय?... सांग सांग! माझ्या सगळ्या श्रद्धा डळमळीत होत आहेत. माते, माझी मुळं पातळातून उखडून निघत आहेत. आम्हा दुर्भाग्यांची दु:खं तुला कळतात ना? का तुला केवळ भीतच आम्ही जगायचं? शेवटी शांतासारखं, त्या डाळिंबफुलासारखं हातातील पाशाला लोंबकळत तुला शरण यायचं? एवढंच का आमच्या हाती? आम्हा पोरांच्या संसाराला काही अर्थ आहे का नाही? का ही केवळ लुटुपुटूची भातुकलीच तुझ्या विश्वसंसाराच्या कोपऱ्याकोपऱ्यावर आम्ही मांडलेली? आम्हाला अर्थपूर्ण वाटणारी नि तुझ्या हिशोबी निमिषभराची बाहुलीरूपं? आणि त्यांच्यावरचं सौभाग्य-कुंकूही तसंच? मला याची उत्तरं दे!...काय पाहते आहेस माझ्याकडे?...बोल!

बराच वेळ पूजेनंतरचा घोंगावणारा अबोलपणा धारण करून दादा बसले होते... ‘जगदंऽब! जगदंऽब’ म्हणत ते उठले.

प्रश्नांचे मोहोळ डोक्यात घेऊन एकटेच दूर दोन अडीच मैलांवर असलेल्या नदीकाठच्या आपल्या मळ्यावर जायला निघाले. बरोबर फक्त आत वळून अंधारात नाहीसा झालेला एकाकी मग्नपणा; एकान्त मागणारा.

...नाव नसलेल्या आदिम दुनियेतून ते चालू लागले. जिकडंतिकडं हिरवी पानं. नाना प्रकारची पिकं उत्तम आलेली. फुलंफळं धरत चाललेली. पायांखालच्या डोंगर-टेकड्या, माळमुरूड, बांध-ओघळी, हिरव्या हिरव्या. पायांखाली येणारी पिवळी,

जांभळी, लाल, निळी, छोटी-छोटी अनंत प्रकारची गवती फुलं; गवती पानं, अनेक प्रकारचे झुबकेदार एकेरी, चार पदरी गोंडेदार फुलांतूनच फांद्या आलेली, फांद्यावर फुले असलेली, फूल का फळ ते न कळणारी तणरूपं. विविध झाडं, झाडोरं, वनस्पती, वेली...एकाच सृष्टीच्या अंगावर अनंत जीव, अनंत जाती, अनंत योनी प्रसवलेल्या. कण नि कण प्रसवमुख झालेला... हिच्या अंगप्रत्यंगातच अनंत योनिमुखे आहेत. युगं आली, युगं गेली तरी प्रसवते. अखंड सौभाग्यवती भव होते... या झाडांना, वनस्पतींना, या टेकड्यांना, ओढ्याओघळांना, या माळांना त्यांच्यावरच्या अनंत फुलांना, गवतांना नावेच नाहीत. तरी युगायुगातून ही फुलत-फळत आली. जगत आलीच आहेत. केवळ अस्तित्वमान दुनिया हीच खरी. बाकीचा सगळा अर्थहीन मानवनिर्मित कल्पनांचा पसारा! आपल्या क्षुद्र सोयीसाठी पसरून ठेवलेला...   सर्जनशील हिरवं अस्तित्व एवढंच खरं. सौभाग्यवान वस्त्र. सौभाग्यवान चुडा...

चालताचालता वळणावरच्या झाडांच्या खाली त्यांना शेंदूर फासलेली भलीमोठी शिळा दिसली. नेहमीच दिसणारी; पण आज तिच्याकडे पाहताना त्यांना वेगळंच वाटू लागलं. पृथ्वीच्या पोटातून वर उसळल्यागत वाटणारी, स्थिर. जणू उग्र जगदंबेचं मळवट भरलेलं कपाळ. आदिप्रकृतीच्या या प्रतीकाला नुकतंच कुणी शरण जाऊन पूजाविधी मांडून गेलेलं... जगन्माऊली, तूच इथं या आसमंतात आहेस. सृष्टीत भरून कणातृणाला स्तनपान देत आहेस... कुठं आहे तुझा पती?...का पतीशिवाय तू सौभाग्यवती ...आदिमाता, आदिजाया, चिर सौभाग्यिनी. ...शालू, तुला त्या दिवशी दिलेलंच खरं सौभाग्य! कुणीही हिरावून न घेणारं! शांता घेऊन गेली तेच खरं कुंकू. ते अमर आहे. अंगभूत महादान आहे. ते कुणालाही पुसता येणार नाही. ते स्वयंभू फुलत राहणार, फळत राहणार!...स्त्री आणि कुंकू एकच.

माळावरच्या त्या प्रतीकाला नमस्कार करून त्यांची पावलं वाड्याच्या दिशेनं वेगात पडू लागली...न्हालेल्या मोकळ्या केसांनी, तुडुंबल्या स्तनांनी जगदंबेसारखी बाळाला पाजत बसलेली शालिनी त्यांना मनासमोर दिसू लागली. तिच्या भरल्या कपाळावरचं कुंकू त्यांना स्वयंसिद्ध वाटू लागलं...

◆

## जन्म

**दार** उघडून बाहेर आलो. पांढऱ्याशुभ्र उन्हाचा पारिजात करत घरी चाललो.

...बाळ छान आहे. मी आणि पद्मा आहे. जास्तीत जास्त मीच आहे. नाक, चेहरा, कान, हातावरची लव, बोटांची ठेवण माझ्यासारखीच. माझीच. डोळे आणि रंग फक्त पद्माचा. गालावरची खळी तिचीच. छानपैकी हासतोय. मी असंच हासतोय का? असंच. बालपणी निदान पहिल्या वर्षात. खरं तर पहिल्या महिन्यात. अगदी पहिल्यापासून असाच हासत असेन...अगदी तुझ्यासारखा. मीच तू होऊन आला आहेस. तू नसल्यापासून तू मी होऊन आला आहेस.

...तू नव्हतास ना; तेव्हापासून तू मी होतास. ढगात वीज असते तसा.

पण ढग ढगावर गेले नव्हते. वीज दिसत नव्हती. मात्र होती. अंगात शिवशिवत होती. तरुण धमनीतनं वेदना येत होत्या. तुझ्याच होत्या. पण त्या तुझ्या होत्या हे कळत नव्हतं. आता कळतंय.

तू माझ्यातनं यावस असं मला कधीच वाटत नव्हतं. पण 'मी' ला वाटत होतं. तो माझ्यातला 'मी' त्या निसर्गातला होता. माझा नव्हता. मी त्यावरचं फक्त लिंपण. नाव असलेला, गाव असलेला. आईवडिलांचा लाडका. सुशिक्षित, नोकरीवाला इत्यादी इत्यादी. सारवलेल्या शेणासारखा त्या 'मी' च्यावर होतो. तो 'मी' मात्र तुझ्यासाठी आसुसलेला. तोऽ मी!...सोहम्! आभाळात घुमू बघणारा पारवा.

त्या वेळी तुझी आई ठिणगी होऊन आली. माझ्यापेक्षा जरा लहान. उंची थोडी कमी. माझ्यापेक्षा थोडीशी बारीक. माझ्या अंगाच्या आकारात तिच्या अंगाचा आकार

बसवला असता तर बरोबर गच्च बसला असता; फक्त इतकाच माझ्यापेक्षा लहान.

ती ऊन ऊन रक्त घेऊन आली. सूर्यजन्मापूर्वीच्या पहाटेसारखं अंग थरथरत होतं. वेदपूर्व काळात अशीच एक पहाट होती म्हणतात... पांढरी पहाट. गालावर गाल. मी ढगासारखा आकार बदलत पलंगावर बसलेला. स्वतःहून स्वतःला भरतीच्या सागरासारखा घुसळणारा. डोळ्यातल्या बुबुळांना बाहेर येऊन तिच्या ओठांना भुंग्यासारखं डसावं असं वाटत होतं. रक्तात एका चिरंतन नागाची पिलं जागृत होऊन वळवळत होती.

ती आली. सबंध पूर्ण आली. सगळं रक्त हललं. धमन्याधमन्यात लयीचा झिम्मा सुरू झाला. रक्ताचा वेग वाढला आणि आतल्या आत भोवरे तयार होऊ लागले. पण त्याला बाहेर यायलाच जागा मिळेना. नाड्यांच्या आत त्यानं खूप धडका मारल्या आणि अंगानं ते तसंच दाबून धरलं.

''बैस ना.''

बसली...सारी खोली लक्कन् हलली आणि वितळून गेली. बाहेरच्या आवाजाला कानांनी कधीच बंद केलं. ते डोळ्यांत आले. रक्त डोळ्यांत आलं. हातांसह मी डोळ्यांत आलो नि डोळे तिच्या अंगावर लोळू लागले.

हातात हात आला नि दोन रक्त एकमेकांशी कुजबुजू लागली. एकमेकांच्या भोवतीनं पळू नाचू लागली.

''ये ना अशी जवळ.'' ऊब उबीत घुसून शरीराचं लग्न लागलं.

''माझ्या हातापेक्षा तुझा हात किती लहान आहे.'' ...तळवा तळव्यावर मिटला. खाऊचं मोठं पान छोट्या खाऊच्या पानाला जुडलं...सर्प होऊन सर्व अंगभर सरपटलो. माझ्या नव्या शरीराची ओळख करून घेतली...नवं गोरं शरीर, नाजूक. मलाच बांधलेलं. गरम. माझ्या शरीराचंच आतलं नितळ अस्तर...डोळे मिटून आत आत गेले नि लहान आकार मोठ्या आकाराला झोंबला. झणझणून फुटून मोठ्यात नाहीसा झाला.

''हमऽऽऽ'' ...कळांच्या कळ्या.

जिन्यावर कुणाचे तरी पाय वाजले. वाजले पण वर येता येता पुन्हा खाली गेले... एका पाण्याची दोन पाणी होऊन विलग झाली. पण मध्ये बांध नव्हता.

''झोपू या?''

''हं!''

''आंथरुण घाल. वेळ बराच झाला आहे.''

आंथरुण घातलं. गादीवर पलंगपोस बिलगून एकरूप झाला. दोघांसाठी उबीचं घरटं करून द्यायला चादर पायदळी वाट बघू लागली.

खोलीतला दिवा गेला. खोली अंधाराशी एकरूप झाली. वस्त्रांचे पातळ पापुद्रे

उलगडले. सोलून बाजूला ठेवले. तेही अंधारात विरघळून गेले. चादरीचं घरटं झालं. दोन गरम उष्ण मोसंबी एकमेकावर दाबली गेली. ... त्वचेचे पातळ पापुद्रे चळकन फुटले. आणि पाणी पाण्यात शिरलं. कळ कळीत शिरून वेदनांचं एक जिवंत वस्त्र विणलं जाऊ लागलं. उष्णतेवर ते आपोआप हलू लागलं... तेव्हा तुझी वीज क्षणाच्या तुकड्याएवढी चमकली. पांढरं शून्य घोटाळून हुंकारू लागलं.

माझे डोळे खोबणीतून आत आत जात उतरून पाठीत आले. हातांची कळ पाठीत गेली. मांड्यांच्या वेदना टाक्यातील दोऱ्यासारख्या वर सरकल्या. शरीरातला अणूरेणू कळ देत देत पाठीच्या कण्यात अंश अंश उतरला नि मूळबंधाच्या देठावर हजारो सुयांच्या वेदनांचं शेत अंकुरलं. फुगलेल्या छातीत रक्तानं क्षणार्धात कोटी घेरे काढले नि एकच गर्दी... पद्मा! तू मूर्ती, तू पूर्ती, तू प्रीती, तू मी; मी तू; तु मी, त्मी, त्मी, त्मी, मितु; तुमि, तुमि...तिचा श्वास माझ्या नाकावर सपकारला. मी ताडमाड उंच. तिचा श्वास प्यालो. तिचा श्वास सोडला. स ऽऽऽऽऽऽ!

तिचा श्वास तिच्यात गेला आणि माझ्या ताडाचे लाजरीएवढे रोपटे झाले...

नव्या शरीराची गार गार वेल झाली नि स्वत:भोवती वेटाळून हाताच्या पानात तोंड खुपसून झोपी गेली. वातावरण गडद गर्द झालं. अंधार कोणता आणि आकाश कोणतं हेच कळेना. डोळे पापण्यांत गेले तेव्हा कळलं की चादरीच्या घरट्यात खूप खूप ऊब आलेली आहे.

सकाळ तृप्त होती. अंधारात विरघळून गेलेल्या झाडांनी पुन्हा आकार घेतला होता. आकाश आकाशाच्या अवस्थेत गेलं होतं. अंधार पश्चिमेला किणकिणत खाली निघून गेला होता. चांदण्या हे एक काल रात्रीचं स्वप्न होतं. ते दिवसा कसं दिसेल? दिवसा प्रत्येकाला फक्त आपआपला आकार आलेला होता. रात्र ब्रह्माला सामील असते. रंग, रूप, स्थल, काल यांच्या पलीकडं नेत असते. निर्गुण निराकारात सगुण साकार होत असते. प्रकाश माया आहे. म्हणून खोली खोल झाली होती. भिंती भिंती झाल्या होत्या... मी सुशिक्षित, नोकरीवाला, आईचा थोरला मुलगा इत्यादी इत्यादी झालो होतो. पद्मा नवी सून झाली होती... लांबचे डोंगर मात्र अजून रात्रीच्या भूतकाळातच राहू बघत होते. पण तसं राहणं कसं शक्य आहे?...म्हणून तेही आकार घेऊ लागले. ...तेव्हा तू डोंगराच्या पलीकडे होतास. डोंगरांना हे ठाऊकसुद्धा नव्हतं. ते तृप्तीत शरीरभर बुडून गेले होते.

"चहा झालाय."

"आलो खाली." मी खाली उतरलो.

शरीरांच्या ओळखी वाढल्या.

दिवस निघून गेले...जातही होते.

"आंघोळ करून घ्या बघू. खूप वेळ झाला आहे." तुडुंब तृप्तीचं तेज असलेली पद्मा म्हणाली. मी हातातलं वाचन ठेवून थंड उठलो.

थंडीचे दिवस.

"थंडी फार जाणवते. स्वेटर घालतेस?"

"तुमचा?"

"हां. त्याला काय होतं? तुझा काय नि माझा काय."

"अंगाला येईल का?"

"येईल ना. कुठल्याही अंगाला तो फिट्ट बसतो."

तिनं स्वेटर घातला. मला थंडी वाजेनाशी झाली. मी तसाच चाललो. तिला जपत. तीही तिच्यातील मला जपत...तुला जपत.

"फिरायला जायचं का?"

"नको. बरीच कामं आहेत...तुम्हीच जाऊन या."

"नाही; मग मीही जात नाही. काहीतरी वाचत बसतो."

"या ना जाऊन."

"एकटा कुठं जाऊ आता? राहू दे."

...अर्ध्यानं कसं जायचं? मी वाचत बसलो. ती कामं करीत बसली.

"काकड्या घेऊ या?"

"तुला हव्या आहेत?"

"तुम्हाला हव्या असतील तर."

"बरं...थोड्या घेऊ या."

"हं."...मलाही काकड्या खायच्या होत्या.

रात्रभर तिला सर्दीचा त्रास होत होता. नाक खूप चोंदलं होतं. इतकं नाक चोंदलं होतं की दोन्ही डोळ्यांच्या मधला भाग ठणकताना मला जाणवत होता. डोक्यात झन ऽ झनऽ होत होतं. डोळे लाल झाले होते...कसं सहन होणार. त्या सर्दीनं माझंच डोकं दुखायला लागलं.

"डोकं दाबू का तुझं?"

"नको. तुम्ही झोपा."

"मला झोप येत नाही. ...फार नाक चोंदलंय ना? डोकं खूप दुखत असेल."

"दाबा तर थोडं."

जीवन जीवनावर कलम झालेलं... तिचं माझ्यावर. माझं तिच्यावर. तिच्यातून माझं. तिच्या-माझ्यावर तुझं. एक फांदीदार वृक्ष. दोन फांद्यांतून एक रक्त...एका

फांदीच्या टोकाला अवकाशानं आकार घेतला होता. सूक्ष्म. दुसरी फांदी रक्त देत होती. पहिल्या फांदीला तृप्ती धुमारत होती... तू टोकावर बसून आम्हाला न कळत असत होतास.

"...गंमत आहे, नाही?"

"कसली?"

"कसली नाही. जाऊ दे."

"सांगा ना."

"काही नाही. तुझं तू वाच. मी असाच मांडीवर पडून राहतो."

"सांगा ना काय ते."

"काहीतरीच विचार येतात झालं."

"पण सांगा ना."

मी वाहवत जाऊन सांगतो. तिचाच देठ मला प्रेरणा देत असतो. "काय झालं : लग्न व्हायच्या अगोदर ग. घरापासनं लांबच होतो. काही वेळेला घरी गेल्यावर असं वाटायचं की आईच्या गरम मांडीवर झोपावं. तिच्या मांडीची ऊब गालातून आत घेऊन प्यावी."

"मग?"

"मग काय? तसं काय करायला येणार आहे थोडंच? एवढा मोठा मी. माझ्या खालची पाच-सहा भावंड."

"मग?"

"मग काय? खुळचटासारखा विचार करतोय असं वाटायचं. पण पुन्हा असं वाटायचं की असं एकदा फार फार व्हावं. एक दिवस सुस्त पडून गुंगीत राहावं... निदान लहानपणी असं होताना आजच्यासारखं कळलं असतं तर फार बरं झालं असतं."

"....."

"आज गंमत वाटते. तुझ्या मांडीवर तशी ऊब येते. डोळे झाकून गप पडावं असं वाटतं. तुझा मऊमऊ हात माझ्या तोंडावरून तुला न कळत कधी तरी फिरतो. मग आईपासनं हवं असणारं सुख मिळतं... खरंच! असंच लहान होऊन तुझ्या कुशीत घुसावं."

"इश्श!"

ती कुंदवेलीसारखी सुखावली. धुंद झाली...आमच्या ह्या सर्वातून तू कुठं तरी होतास. मला न कळत माझ्यातून तू होतास. तिला न कळत ती तुला संवेदत होती...तद् जाया जाया भवति. जीवन जन्माला येत होतं. मी असं कधी कधी तिच्या मांडीवर झोपलो ना, मग माझ्यातील आणि तिच्यातील तिच्यात असलेला तू आतून

त्वचेच्या घुमटाला डुश्शी मारायचास हातांनी, मला ते जाणवायचं. तिच्या अंगावर मोरपीस फिरल्याचं सुख संवेदायचं.

आई म्हणाली, "सुनेला दाखवायला आण. काही करायचं-सवरायचं आहे. तीन चार दिवसांची रजा काढून या."

मी आणि ती जपत-संभाळत गावाकडे गेलो. ती अवघडून चालायची. तिच्यामुळे मी अवघडून चालायचा.

"आपण टांगा करू या का?"

"चालेल."

घरी गेल्यावर आईला. चेहरा-आकार नसलेल्या तुला तिच्यात पाहून उदंड वाटलं...तिनं ज्याला जन्म दिला तेच पुन्हा जन्माला येणार होतं...आईतून... माझ्यातून... तिच्यातून तू पुढं सरकत होतास. नि-स-र्ग-च पुढं सरकत होता. स्वभावत होता.

तिला आईनं झाडे-वेली, सृष्टी-राने यांच्यासारखं हिरवं हिरवं नेसवलं.

"आम्ही मळ्याकडे जाऊन येऊ का?" ती आईला म्हणाली.

"या. जपून जावा. ओढ्यात पाय-बीय घसरेल."

आम्ही, तू, चाललो.

मी त्या मातीचा होतो. तिचं दूध प्यालो होतो. म्हणजे तूही त्याच मातीचा... त्या मातीला भेटायला जाण्याचे तिचे डोहाळे. आणि तिच्या डोळ्यांतून त्या मातेला पाहू इच्छिणारे तुझे डोळे...ती घराची लक्ष्मी होती. ... दोन लक्ष्मींची भेट. दोघींनीही तुला पुढे न्यायचं ठरवलेलं.

आम्ही मळ्यात गेलो.

"हे काय?"

"हळद."

"असली असते होय?"

"होय."

"खाली हळद कसली असते ते उपटून बघू या का?"

"नको." मी हासलो. "हळद तुझ्यासारखीच असते. वरची ही हळद नि खाली हळकुंड लागलेली असतात... हळदीची पिल्ली. अजून फार कोवळी असतील ती." मी तिच्याकडं डोळ्यांना अर्थ देऊन पाहिलं.

"मग राहू दे तर." ...हळदीचं मन हळदीला कळलं. दोघींच्या हिरव्या पदराखाली दुधाच्या पिवळ्या-पांढऱ्या धारा वाहू घातल्या होत्या... त्या वेळी तुझ्या तोंडाचा फक्त चुरू चुरू आवाज येत नव्हता.

कसं असेल तुझं तोंड, असं सारखं सारखं त्यावेळी वाटायचं मला आणि

तुझ्या तोंडाची स्वप्नं पडायची. स्वप्नं जवळ जवळ सारखी. जरा जरा निराळी. दोन्ही एकत्र केली म्हणजे तिसरं छानदार स्वप्न तयार व्हायचं.

आज पिकून पुरा झाल्यावर स्वप्नातून तू सत्यात उतरलास. हे सत्य तुझं स्वप्न होतं...सगळी गंमत झाली होती. एक झाड नऊ महिने लहान होत होत जाऊन पुन्हा बीज झालं होतं आणि त्या बीजाला नऊ महिने नऊ दिवसांनी पुन्हा अंकूर फुटला होता. दहिवराच्या तुझ्या थेंबात मी इवल्या मला पाहिलं. तीही आपणाला पाहत होती. माझी रुंद धिप्पाड छाती किती लहान झाली होती!... तिच्या हातापायाची बोटांची कर्दळफुलं चिमुकल्या कळ्या होऊन तुझ्या हातापायांना अंकुरली आहेत. माझ्या नाकाच्या दोन्ही बाजूला तिचे डोळे आहेत. पाठीवरच्या लवीत मी आहे; जिवणीत ती आहे. या सर्वांत तू आहेस.

आम्हा दोघांच्या एका रात्रीच्या फुगडीतून जन्माला आलेला तू. रंध्रारंध्राला, अणूअणूला, रक्ताला खूप गती देणारी ती रात्र. निर्गुण निराकार शून्य आणि मी पुरुष. मी निर्माता. मी ब्रह्म...

...ऊन्ह फार जाणवतं आहे. घरात गेल्यावर जेवण करून आता गाढ झोपायचं. जाग आली तर येऊ दे... आपण पुन्हा जन्मलोय. आता हे देहाचं टरफल चिरनिद्रा घ्यायला मोकळं...

◆

# अनैतिक

**भो**वतीनं काहीही पसरलं तरी मी एकटाच असतो... समोरचा पलंग आहे ना; हा तसा मला आवडतो. त्याच्यावर मऊ गादी आहे. मला हवं ते हिरव्या रंगाचं बेडशीट आहे. गुलाबफुलांच्या डिझाईनच्या दोन उशा आहेत. मंद चॉकलेट रंगाची नक्षीची चादर आहे. हे सगळं मला आवडतं. मी गादीवर पडतो. उशीवर दुसरी उशी तिरकस ठेवून माझी मान मी तिच्यावर विसावतो. एखाद्या मऊ, उबदार मांडीवर ती विसावावी, मांडी मात्र कधीच अवघडू नये आणि आपणाला हवा तेवढा वेळ तिच्यावर पहुडण्याचं सुख मिळावं, इतकं सुख मला या उशा देतात. त्यांच्यावर रेलून, पांघरुण घेऊन मी विचार करत, वाचन करत पडतो. सगळ्यांना विसरून जातो. तरीही मी एकटा असतो. एकटेपण मला विसरताच येत नाही.

माझं एकटेपण संपतही नाही. टेबलावरून हात फिरवला तर हवाहवासा वाटणारा टेबलाचा गुळगुळीत गार स्पर्श मला मिळतो. बाजूला लावलेलं झाडांचं कामोद्दीपक चित्र माझे डोळे धुंद करतं. रेडिओतील आवडती गाणी माझ्या कानांत सूर ओततात...आणि उडप्याच्या हॉटेलातील सकाळचा वडासांबार नि दुपारचं उत्ताप्पा-ऑम्लेट, हेही मला हवेसे असतात. पुस्तकं आहेत, सिनेमानाटकं आहेत, मुलींनी फुलणारी अनेक रम्य स्थळं इथं या नगरीत आहेत; त्यांच्यांत माझी ये-जा असते. हे इतकं असूनही मी तेल लावून पाण्यात बुडवून काढलेल्या दगडासारखा असतो.

...काय होतं; गादीवरून उठलो की गादीचं सुख संपतं. उरते फक्त कापसाची एक कारखान्यात तयार केलेली मऊ रचना. झाडं दिसतात; पण झाडं अंगावर येत

नाहीत. रेडिओसंगीत माझ्या गळ्यातून येत नाही. वडासांबार, उत्ताप्पा-ऑम्लेट पोट भरलं की नको वाटायला लागतात. त्यांचं नातं संपतं. पुस्तकं, सिनेमा-नाटकांचंही तसंच आहे. ती निघून जातात. माझ्याशी जोडून राहत नाहीत. मग मी सगळीकडून तुटतो नि ग्रहासारखा उरतो. भोवतीची माणसं, नोकरी, मित्र यांचंही असंच. ही सगळी तुटणारी आहेत. कारणापुरती जवळ येतात. मला कुठं आपल्या व्यक्तित्वानं भिजवतच नाहीत. माझ्यावर कुणी सांडत नाहीत. तसाच कोरडा ठेवतात... मला हे नको असतं.

एखाद्या संध्याकाळी या सगळ्यातून मी उठतो. भरपूर पाणी तापवतो. या आंघोळीचं पाणी मीच तापवलेलं बरं असतं. पाण्याचे माझे खाजगी संबंध येतात. जिव्हाळा निर्माण झाल्यासारखं वाटतं. असं पाणी सबंध नग्न अंगावर घ्यायला मला संकोच वाटत नाही. दुसरं असं की, अशा वेळी नग्न शरीराबरोबर नग्न मनानंही मला आंघोळ करायची असते. अशी आंघोळ करताना दुसऱ्यानं तापवलेल्या पाण्याचाही कुठंतरी संकोच वाटतो. पाण्याशी अगदी खाजगी सख्य जुळवून नग्न अंगावर घेणं जमत नाही.

हवी तेवढी पाण्याला उष्णता दिली की मी बाथरूममध्ये कपडे काढतो. कपडे काढण्याचीही माझी गती मंद हळुवार होते. कपड्यांच्या आवरणाखालचं अंग उघडं होऊन माझ्यासमोर येऊ लागतं. या नग्न अंगाला आपलेपणानं मी कुरवाळतो. गोंजारतो. मला माझं सर्वार्थानं चुंबन घेता आलं असतं तर मी सर्वांगाची हळुवार, हळुवार चुंबनं घेतली असती. पण मला ते करता आलं नाही. कुरवाळणं, गोंजारणं एवढंच हातात असतं. आतापर्यंतच्या माझ्या स्नानाच्या नीतीला अशा करण्यानं धक्का बसतो. पण मला त्याची फिकीर नसते...असं का होतं? मी विचार केल्यावर मला कळून येतं की, माझ्याच अंगाच्या आतापर्यंतच्या त्या अटळ एकटेपणाची मला कीव आलेली असते. दयाबुद्धीनं मी त्याला जवळ घेतलेलं असतं. साहजिकच त्याला कुरवाळताना त्याची समजूत निघत असते. ते मूक असतं. या आंघोळीच्या वेळी त्याला गाणं नको असतं. ते गाणं काही त्याच्या गळ्याचं नसतं. आंघोळीच्या वेळी पूर्वी ज्या साबणानं आंघोळ केलेली असते, तो साबणही नकोसा वाटतो. त्याचे संबंध अगोदरच्या माझ्याच इतर खाजगी शरीराशी आलेले असतात. म्हणून तो या शरीराशी जोडायला नको वाटते. नवा रॅपरमधला साबण घेतो. माझ्या शरीरासारखाच त्याला त्या आवरणातून नग्न करतो. शरीरावर झिजवतो... त्याला वाटावं की, केवळ या शरीरासाठीच आपणाला या वेळी नग्न व्हायचं आहे, झिजायचं आहे; संपून जायचं आहे.

शक्य तेवढा जास्त साबण लावून जास्तीत जास्त स्वच्छ होण्याचा प्रयत्न करून मी आंघोळ संपवतो. शरीर स्वच्छ झालं म्हणजे मनही कुठंतरी स्वच्छ झाल्यासारखं वाटतं. साबणालाही शरीराच्या खाजगी आठवणींनी कृतार्थ वाटतं.

गरम, सुगंधित पाण्यालाही अंगावरून सांडून खाली उतरताना धन्यता वाटते.

स्वच्छ झालेल्या शरीराला क्षणभर सगळ्यातून मुक्त झाल्यासारखं वाटतं. त्याच्या एकलकोंड्या अपरिहार्यतेला एक ठामपणा येतो आणि ते एकटंच उत्साही होतं. भोवतालची तुटक्या संबंधांची जळमटं त्याच्यावरून नाहीशी होतात. दिगंबर होऊनच बाहेर पडावं असं वाटतं. जैन साधूचा क्षणभर मोह होतो. तो आवरत नाही. पण एवढं प्रचंड अनैतिक होण्याचं धाडस माझ्यात खोलवरही कुठं नाही.

..."चला आता बाहेर पडायला हरकत नाही."

"चला."

माझ्यामध्ये मी आणि मी बोलत असतो. नाइलाजानं पांढरे, नव्या इस्त्रीचे, ताजे कपडे घालून मी खोलीतून बाहेर पडतो. पलंग, गादी, पुस्तकं या सर्वांतून सुटत जातो...माझ्यातूनही हळूहळू बाहेर पडत जातो...गळून पडणाऱ्या कंदावरील पापुद्र्यासारखा मी मोकळंमोकळं पाऊल उचलतो. मनात थोडा अनैतिक होत पुढं सरकतो. माझं ठोक एकटेपण नाहीसं करून टाकण्यासाठी चाललेला असतो.

माझ्या ठोक एकटेपणासाठी मी अध्यात्मही वाचलं... 'मी या विश्वात व्यापून उरलो आहे. मी अनेक रूपांनी एकटाच नटलो आहे, माझ्या एकातच हे सर्व विश्व आहे.' अशा अर्थाच्या अनेक विधानांनी मी स्वत:ला अनेक दिवस भारून घेतलं होतं. पण काही उपयोग झाला नाही. धुंदी उतरली की मी पाऱ्याच्या बिंदूसारखा एकटाच. कशाचाही आत आत स्पर्श न झालेला.

असं झालं की मला तहान लागे. सगळं शरीर आऽवासून उभं राही. भरपूर पाणी प्यालो तरी तहान जायची नाही. वैताग येई. मग मी तीव्र प्रतिक्रिया होऊन चहा, कॉफी, सोडा-लेमन, कोकाकोला, त्या क्षणी काय वाट्टेल ते घेई. मद्य घेणं यातूनच सुरू झालं. ... मद्य घेतल्यावर काही काळ बरं वाटतं. खांद्यावरचं डोकं कित्येक वेळा नाहीसं होतं. कित्येक वेळा हलकंच तरंगू लागतं. पण मी काही आभाळासारखा, मातीसारखा विश्वावर पसरू शकत नव्हतो. एकटा-एकटाच उरत होतो. कुठंही असलो तरी एकटा.

मग जायचं कुठं? म्हणून मी तिच्याकडं जातो. तिला हा सगळा अन्वय लागतो की नाही तेही मला ठाऊक नाही.

मी तिच्या घरचा रस्ता धरतो. रस्त्यावरून अनेक वाहनं, माणसं जात असतात. तरी तोही अंतर्मुख, एकटा वाटतो. त्याच्या पोटाखालून नदी जाते तरी त्याला भान नसतं. रस्त्याच्या दोन्ही बाजूंना घरं असतात. ती तर त्याहून एकटी, दुसऱ्यापासून अंतर ठेवून वागणारी, राहणारी. त्यांच्या एकटेपणाला जपणारी कुंपणं. तरीही सीमेवर एकटी उभी. अत्र ना परत्र. घरातल्या खोल्या भिंतींनी बंद. त्या बंद खोल्यांत माणसं... अशीच एक खोली. मीही त्या खोलीतील एक खोली. अंधेरी. एकट्या

अंधाराशिवाय दुसरं काही नसलेली...

या विचारवंत रस्त्यावरच मला एखादी बस मिळते. म्हणजे मी तिला पकडतो. या बसचा नंबर मात्र ठराविक असतो. तो माझ्या जन्माच्या सालाचा आहे. हा केवळ चमत्कारिक योगायोग. बसमध्ये अनेक एकटी एकटी माणसं परमेश्वराच्या बाहुल्यांसारखी एकत्र बसलेली असतात. प्रत्येकाचं तोंड कुणाच्या तरी पाठीकडं असतं किंवा प्रत्येकानं कुणाच्या तरी तोंडाकडं पाठ फिरवलेली असते. नियमाला अपवाद म्हणून एक बेंच दुसऱ्याच्या तोंडाकडं तोंड करून बसलेला असतो. पण तो इच्छा म्हणून नव्हे. अपघात म्हणून. परिस्थितीचीच अडचण निर्माण झालेली असते.

मी या बसमध्येच कुठेतरी बसतो. शक्य तो खोपडा गाठतो.... खोपड्याकडं कुणाचं लक्ष नसतं. दुसऱ्याचे डोळे अंगावर पडू नयेत, आपण पांढरे निष्कलंक ताजे कपडे घातले आहेत, असा विचार येतो. शिवाय मला निर्वेधपणे पलीकडं लांबवर पाहता येतं आणि मी लांबवर पाहू लागलो की बदलत जातो. रानसरड्याच्या रंगासारखे माझे रंग पालटू लागतात...

तिचं घरही तसं गावापासून लांब एका उपनगरात आहे. तिथं जाईपर्यंत मला अनेक निसर्गदृश्यं दिसतात. मुख्य जे घडतं ते माझी खोली, नोकरी, गरजेच्या वस्तू, ओळखीची माणसं असलेलं सबंधच्या सबंध शहर माझ्यापासून निखळून पडतं. त्या शहरातला मीही माझ्यापासून सुटत जातो. मी माझ्यापासून सुटा पडलो की मी एक वेगळा मी उरतो. हेही एक मानसिक आश्चर्य. एका ज्योतीतल्या अनेक ज्योती निरनिराळ्या पणत्यांवर निखळून पडत असल्या तरी मूळ ज्योत संपत नाही. ती संपूर्ण पण एक वेगळी ज्योत होऊन उरते; तसंच माझं काहीतरी मानसिक का अध्यात्मिक काहीसं उरलेलं असतं. पण हे उरणं खरं पाहता अध्यात्मिक नव्हेच; भुईवरचं, तरी भुईचाफ्यासारखं असतं.

शहर संपतं तिथं तिच्या रस्त्यावर भोवतीनं निसर्ग पसरला आहे. प्रथम ज्वारीची गच्च शेतं लागतात. सगळं रान एक गडद-गडद हिरवा जिवंत रंग असतं. रंग डुलत असतो. खसखसत असतो. संध्याकाळच्या किरणांनी किंचित सोनेरीपोपटी झालेला असतो. तो पाहिला की मला धुंदी येते. मन वरवर येतं. पुढं ख्रिस्ती दफनभूमी लागते. अगदी लष्करी शिस्तीनं बद्ध अशी. आयताकृती. कडेनं शाखाहीन अशोकाची उंच टॉवरसारखी झाडं. दफनाच्या चौकोनी पांढऱ्या पट्ट्यांची आडवी-उभी रांग. त्यांवर ख्रिस्ताचे क्रूस. एका बाजूला उंच खांब असलेली वास्तू. पायदळी सर्वत्र हिरवळ. मधून मधून शांत झाडं... सगळं दृश्य करुण. दफनाच्या पांढऱ्या पट्ट्या, अशोकाची झाडं यांच्यातील अंतर बघून पुन्हा एकटेपणाची आठवण होते...माणसं एकटीएकटीच पुरलेली आहेत. जन्मभर आणि जन्म संपल्यावरही.

नंतर एक ओढा लागतो. खरं तर त्याला ओढा म्हणता येणारही नाही. त्यात

पाणी नसतं. ते फक्त ओढ्याचं कोरडं वळण आहे. त्याच्या दोन्ही बाजूंना शिंदीची उंच झाडं आहेत. काही लहानगीही आहेत. पण उंच झाडं अशी काही झुकली आहेत की ती पाण्याची वाट बघत तिष्ठत उभी आहेत, असं दिसतं. ओढाही पाण्याच्या बाबतीत अपयशी होऊन हताश झाल्यासारखा दिसतो. त्याच्या काठावरची हिरवळ अशीच, नुकत्याच विधवा झालेल्या तरुणीच्या कपाळ गोंदणासारखी करुण-आकर्षक वाटते. त्यानंतर एक नदी आहे. तुडुंब आहे. पण तिचं पाणी असंच पांढऱ्याफट कपाळासारखं दिसत असतं. का दिसतं, काही कळत नाही.

हे सर्व दाखवत बस मला पुढंपुढं नेत असते. बसला वेग असतो. बसमधील गर्दी असून नसल्यासारखी. ती फक्त असते. मी माझ्यात एकटाच असतो. पण हा निसर्ग पाहताना मन व्याकुळ, पातळ होतं. बाहेर वाहू लागतं. एकटेपणा कणाकणानं संपू लागलेला आहे, असं क्षणभर वाटू लागतं. शरीर झिनझिनत, संवेदत निसर्गात मिसळू लागतं. एखादा धातू कणाकणानं सुटून रसायनात मिसळू लागतो, तशी काहीशी माझी अवस्था होत असते.

पण नेमकं असंही नाही. धातू संपून जातो. मी तसा संपून वगैरे जात नाही. तसा एकटा असतोच. हे सगळं मानसिक अवस्थांतर असतं. माझं सगळं खोलीतलं व्यक्तित्व तिथल्या प्रत्येक वस्तूशी, नोकरीशी, माझ्या व्यावहारिक ध्येय-धोरणाशी निगडित असतं. त्यातला गद्यप्राय, खुरटलेला, ठणठणीत एकटा, धातूसारखा असा मी संपून चाललेला असतो. एका बाजूनं हे संपून जाणं आणि दुसऱ्या बाजूनं हे मिसळून जाणं सुरू होतं. हे बरं वाटतं. आंघोळ केल्यामुळं स्वच्छपणानं मी मिसळत राहतो. ज्वार, स्मशान, ओढा, नदी यांच्यासारखा धुंद, करुण, उत्सुक, पूर्वव्यक्तित्वाचं कुंकू नसलेला होण्यात आर्त सुख असतं.

तिचं घर येतं.

ती तशी सुखवस्तू आहे. थोडा वेळ सहज म्हणून नोकरी करते. वर्षांपूर्वी नवरा मरण पावला आहे... तिला ते दुःख खोलवर कधी झोंबलंच नाही.

"तुमचं हे एकाकी जीवन बघून मला वाईट वाटतं." मी एकदा बोललो.

"तसं काही वाईट वाटण्यासारखं त्यात नाही."

"सॉरी हं!"

"का?"

"केवळ सहानुभूती व्यक्त करण्यासाठी म्हणून मी बोललो, असं तुम्हाला वाटत असेल तर तो माझा दोष आहे."

"तसंही मुळीच नाही. खरोखरच मी विवाहित जीवनात सुखी नव्हते. मला आताशा त्यातून मुक्त झाल्यासारखं वाटतंय."

"खरं?"

“हो.”

“तुम्हाला एकटं एकटं नाही वाटत?”

“वाटतं आणि मला ते हवंहवंसंही वाटतं.”

“आश्चर्य आहे. म्हणजे तुम्हाला एकटंएकटं हवंसं वाटतं.”

“तूर्त तरी. ...कुठं तरी मी त्याच्याबरोबर बांधली गेलेली होते. त्याच्या हातांबरोबर माझे हात, त्याच्या पायांबरोबर माझे पाय, त्याच्या शब्दांबरोबर माझे शब्द, एवढंच नव्हे तर त्याच्या जीभेबरोबर माझी जीभही बांधली गेली होती. त्यामुळं त्यानं सांगितलेलं मी करायचं, त्याच्या पायांत पाय मिसळून चालायचं, त्याच्या बोलण्याला मी फक्त प्रतिसाद द्यायचा, त्याला आवडेल तेच मलाही आवडून घ्यायचं, तेच करत राहायचं. ...त्याच्या संसारात मी उरलेच नव्हते. मला खाऊन तो प्रचंड अजगरासारखा संसाराला वेटोळं घालून बसला होता.”

“बाप रे! तुम्ही काहीतरी वेगळंच बोलताय.”

“का बरं?”

“नाही मला वाटत होतं संसारात तुम्ही सुखी असाल. ...पतीशी एकरूप होण्यात पत्नीला धन्यता वाटते. स्वत:ला विसरण्यात आनंद असतो.”

“हो. पण पत्नीनं पतीशी एकरूप होणं म्हणजे पतीनं पत्नीला खाऊन टाकणं नव्हे. ...एकरूपतेत दोघं एक झालेली असतात; म्हणजे एक दुसऱ्यात नाहीसा झालेला नसतो, तर दोघांनी मिळून एक तयार झालेला असतो. दोघांचंही अस्तित्व त्यात असतं.”

“छान! मला एकरूपतेचा अर्थ छानच कळला. थँक्यू!”

“सगळं भोगल्यामुळं मलाही तो नीटसा कळला.”

“पण मला सांगा, या एकटेपणात खरोखरच आनंद आहे?”

“तूर्त तरी नक्की आहे. हवाबंद खोलीतून मला बाहेर आल्यासारखं वाटतं आहे. ...मला गाणं आवडतं. माझ्याजवळ टेपरेकॉर्डर आहे, खूप चांगल्याचांगल्या रेकॉर्ड्स आहेत. सतारही मला आवडते. ती मी शिकते आहे. नाटकाला जाते, कधी कंटाळा आला तर परगावी मैत्रिणीकडं रजा काढून जाते. या सगळ्यात मला आनंद आहे. घर लावण्यातही मला आनंद मिळतो.”

...तिनं घर खरोखर छान लावलं होतं. प्रत्येक वस्तूच्या लावण्यातून तीच व्यक्त होत होती. चित्रकारांची लहानलहान देखणी पेंटिंग्ज; खिडक्यांना, दारांना, झुळझुळणारे, नाजूक डिझाइन्सचे सुरेख पडदे. खिडक्यांत, दारांशेजारी, स्टुलावर कॉर्नरला शोभेच्या सुंदर वस्तू ठेवून दिल्या होत्या. घराचा एखादा आदर्श नमुना ठेवून घ्यावा, तसं तिचं घर. मला ते आकर्षक वाटत होतं. त्या घरात विश्रांती घ्यावी, झोपावं, इकडून तिकडं फिरावं अशा भावना होत होत्या.

तरी एकटेपणाच्या तिच्या आवडीमुळं हबकून गेलो. मला एकटेपणा खायला उठत होता. नेमका तोच तिला हवासा होता. दोघांचे दोन दिशेने फिरणारे उपग्रह. खरा कोणता आणि खोटा कोणता?

तरीही मी तिच्याकडं जात राहिलो. तिच्याबरोबर खाण्यात, हिंडण्याफिरण्यात मी माझं एकटेपण जास्तीत जास्त विसरून जात होतो. ...दुसरंच एक व्यक्तित्व साकार होत असल्याची मला जाणीव होत होती. उत्साह वाढत होता. हसावसं, खिदळावसं वाटत होतं. तिच्याबरोबर हिंडताना हलकं-फुलकं तरंगल्यासारखं होत होतं.

पुढं व्हायचं तेच झालं.

घटना सहज घडली... तिला एक इंग्रजी प्रेमगीत खूप आवडत होतं. एकान्तातलं ते गाणं. त्याचे ट्यून्सही अत्यंत व्याकुळ करून सोडणारे. ...एका संध्याकाळी पलंगावर पडून ते दीर्घ गीत ती ऐकत होती. मी गेलो तर तिच्या डोळ्यांत अश्रू. मी गोरामोरा झालो. अपघाताने तिचे अश्रू पुसण्यासाठी तिच्या उशाजवळ पलंगावर हळूच बसलो.

''डोळे पुसू का?''

डोळे भरून तिनं माझ्याकडं बघितलं. ते डोळे असं माझ्याकडं बघत होते की, त्यांनाच समजवावं म्हणून मी ते हळुवार हातांनी पुसले.

माझे हात गरम झाले होते. तिचे डोळे पुसताना माझा हात तिच्या गालावरून ओघळला. तिनं तो तसाच हातांत धरला.

''विद्याधर!'' ती व्याकुळ उद्‌गारली.

आता माझे डोळे भरत आल्यासारखे चुरचुरू लागले. मी तिच्याकडं बघू लागलो.

''वर्षा!'' मला न जुमानता उद्‌गारून गेलो. मला वाटलं, माझा हा उद्‌गार सगळ्या स्त्रीत्वाला हाक मारणारा आहे. अशी हाक मी पहिल्यांदाच मारत होतो... एक अज्ञात हाक. ॐसारखी. साधकानं मूळ महाप्रकृतीला मारावी तशी. खोलवर घुमणारी. पुढं खूप घडलं. घट्ट अलिंगनात रुतत गेलो. शरीराला शरीर झपाटलं आणि तीव्र झोंबत राहिलं. खोल चुंबनं दिली. एकमेकांत तेल-आगीसारखे बुडत-भडकत गेलो. ते चार तास विझलो नाहीच.

चार तासांच्या त्या वादळी क्षणांत मी पार वितळून गेलो. ती भूतकाळ उद्ध्वस्त करून अस्ताव्यस्त झाली. मी एखाद्या झऱ्यासारखा त्या अस्ताव्यस्त खडकातून वाहू लागलो. एकरूप होणं म्हणजे काय मला कळलं. एक अनादि-अनंत तहान नाहीशी झाल्यासारखं वाटलं. जुनाटशा स्वत:ला दूर फेकल्यागत झालं. नवं घडणं म्हणजे काय ते कळलं. त्या चार तासांत माझ्या एकटेपणाचा नि:पात झाला.

दोघांची माती एक होऊन ब्राँझच्या पुतळ्यासारखी ताठ, कठीण होऊन एक उरलो होतो.

उंच फेकलेला दगड पुन्हा जमिनीवर आपटावा तसा परत फिरलो. ...बस नको वाटू लागली. वेगवान टॅक्सी केली नि खोलीवर आलो.

आता संपूर्ण खाजगी एकटेपणा हवासा वाटत होता. खोलीत शिरलो. जेवायलाही नकोसं वाटत होतं. कॉफी केली नि पिऊन पडून राहिलो. काही सुचत नव्हतं. भोवतीची टेबल-खुर्ची, कपडे, भिंतीचा रंग, पुस्तकं, पलंग, माझ्याकडं आऽ वासून बघत होती. मी या सगळ्यात घुसलो होतो. तरी त्यांचा नव्हतो. प्रकाश असह्य झाला म्हणून लाईट घालवला. अंधारात सताड डोळे उघडे ठेवून पडून राहिलो.

त्या चार तासांत माझा माझ्यावरचा ताबा सुटला होता. कुणाच्या तरी स्वाधीन झालो होतो. ...हा अचानक उपटलेला कोण समंध माझ्यावर मालकी गाजवणारा? परमेश्वर, निसर्ग, का शरीर? का माझं मन? वासना? ...काही कळत नाही. त्या क्षणी त्याच्या मालकीत राहण्यात धुंदी होती खरी. एकटेपणा हटत होता. त्या चार तासांचा तो एकच वादळी क्षण. आता वाटतं, ते चार तास आयुष्याच्या माळावर सावलीसारखे पसरत जावेत.

पण तसं होत नाही. नोकरी करावी लागते. मित्रांशी बोलावं लागतं. खोलीला खोलीचं खोलीपण द्यावं लागतं. भूक लागली की जेवावं लागतं. शौचाला जाऊन यावं लागतं. नाक शिंकरावं लागतं. दाढीही साली करावी लागते. कारण नसताना कुणाचे चार शब्द ऐकून घ्यावे लागतात... पण जग सालं हा बलात्कार नैतिक मानतं. मग मीही नैतिक होऊन असह्य जगू लागतो.

अधूनमधून अनैतिक होतो. अनैतिक आंघोळ करून अनैतिक होत होत तिच्याकडं जातो. अनादि-अनंत अनैतिकतेची उग्र पूजा करून मोकळा होतो...

◆

# जन्मस्थान

**गं**गा-यमुनेच्या विशाल संगमापासून निघून गंगेच्या काठाकाठाने अनेक तीर्थक्षेत्रे मंदिरे, तेथील निसर्गलीला, गंगेचा गौर विस्तीर्ण विस्तार, श्रद्धाळू मनांचे नमुने घनदाट अनुभवत तो गंगोत्रीपाशी येऊन विसावला होता. प्रसन्न वातावरणात मनाने मुग्ध झालेला. ताज्या सोनेरी किरणांत तळवटावरच्या लहानशा टेकडीवर उभा. पलीकडील पांढऱ्याशुभ्र स्वर्गीय शिखरांचा चकाकता देखावा अनिमिष नेत्रांनी पाहत राहिलेला. मन विशाल, उदात्त होत होते.... शंकराचा कैलास. तेथील स्वर्गीय गंगेचे नाट्यपूर्ण अवतरण. प्रकृतीचा सगळा विलक्षण रूपाविष्कार. आदिशक्ते, या पृथ्वीवर असेही काही आहे की तुझा मूळ प्रत्यय सतत देत राहते. प्राचीनतम हिंदुसंस्कृतीची, धर्माची, इतिहासाची आणि त्यातून वाहणाऱ्या हिंदुमनाची ही जन्मदात्री गंगोत्री. आत्म्याहून सत्य, सनातन जीवन प्रवाहत राहिलेली मायामयी तरंगिणी... देवदूतासारखे तरंगत जाऊन तिचे जन्मस्थान चुंबावे; प्रकृतीचे तीर्थक्षेत्र हळुवार स्पर्शून यावे असे त्याला वाटत होते.

गंगोत्रींच्या बाळधारांचा शुभ्र अनुभव घेताघेता तो निश्चल झाला. शरीराच्या कणांतून झणझणू लागला... गंगेलाही जन्म देणारी ही निश्चेष्ट निसर्गमाऊली. आदिमाता गंगोत्रीची जन्मदात्री. हिमगौरी नग्नकाय. विश्वचैतन्याच्या सीमेवर शांत पहुडलेली. सुकुमार कांतीची सोनेरी केशसंभारधारिणी. दोन्ही बाजूंना दोन पहुडलेल्या नि उतरत्या होत गेलेल्या पर्वतशाखा भरदार मांड्यांप्रमाणे निश्चल. पलीकडच्या शिखरांचे उंचवटे पान्हावलेल्या वत्सल स्तनांप्रमाणे ताठर टोकदार झालेले. पर्वतशाखांनी

तयार केलेली मधे गहनगूढ सखोल दरी. प्रवाहाला अखंड जन्म देणारी...

कुठल्या तरी आंग्ल कलावंताची पूर्वी पाहिलेली चित्रकृती समोरच्या परिसरात त्याला भासमान होऊ लागली....आदिमायेसारखी मूळ निसर्गरूपात पहुडलेली आंग्ल युवती. तिचे नग्न वत्सल मातृत्व डोळ्यांतून, स्तनांतून, हातांच्या हळुवार स्पर्शातून तुडुंब भरलेले. जन्मस्थानाला भक्कम आधार झालेल्या मांड्या नि नितंबही एरवीपेक्षा जास्तच गूढ वाटणारे. आणि शेजारी या गंगोत्री प्रमाणे अवखळ हालचाल करणारे नवजात बालक... विश्वचैतन्याचे सघन प्रतीक.

उन्हे बरीच वरती आली. भानावर येऊन मंद पावले टाकीत तो परत फिरला.

हिमालयाच्या टेकड्या, त्यांच्यावरील झाडी, वस्त्या, त्या वस्त्यांतील मानवी जीवन, अपरिचित वनपक्षी पाहता पाहता त्याचे पाय सैरभैर झाले होते. तो मुलूख तो रोज रोज पायाखाली तुडवीत होता.

गौरवर्णीय सतेज अंगावर उठून दिसणारी गडद केशरी रंगाची वस्त्रे, धारदार नाक, विशाल काळेभोर डोळे, काळी स्वच्छ दाढी आणि डोक्यावर तसेच भुरभुरणारे केस. त्या केशसंभाराची महिरप लाभलेला आत्ममग्न कांतिमान चेहरा. —हे सगळे पाहून जाणारीयेणारी बुटकी, बारीक डोळ्यांची, सपाट चेहऱ्यांची पिवळी माणसे क्षणभर रस्त्यातच थांबत. श्रद्धायुक्त हसत. त्याला वाकून नमस्कार करून निघून जात.

कुणी संध्याकाळी त्याला झाडीतील मंदिराच्या ओट्यावर नेऊन शिधा देई. आवश्यक असल्यास शेजारचे कुणी उबदार अंथरूण-पांघरूण आणून देई. तो त्यांच्याशी फारसा बोलत नसे. तात्पुरताच. आपण आपल्यात मग्न. आपल्यात या पृथ्वीवर पसरलेल्या विस्तीर्ण गंभीर डोंगर पर्वतांत, गुह्यासारख्या वाटणाऱ्या काळ्या छायांनी जिवंत पाण्यांना आच्छादून टाकणाऱ्या असूर्यपश्या दऱ्यांत, त्यांच्या बगलांतून आकारलेल्या काळोख्या गुहांत, लाटांनी वरवर क्रीडा करत राहणाऱ्या नि आत प्रचंड विश्व सामावून चिरकाल शांत राहिलेल्या निळ्या सागरावर, वर पसरलेल्या श्रीमंत आकाशावर तो शरीराने नि मनाने फिरे. व्याकुळ होऊन झाडांच्या पानांशी, फुलांशी चाळा करत तास तास बसून राही. ...या रंगविलासी मातीला कुणी जन्माला घातले? आकाश, पाणी, प्रकाश, माझे रक्त, ही माती यांचा संबंध काय? ...तो अधिकच व्याकुळ होत जाई. मी हे पान कसे होणार म्हणून त्याला प्रश्न पडे. मग तो वेड्यासारखा नुसता झाडकांडातून फिरे. मंदिरासमोरच्या सळसळणाऱ्या वृक्षाखाली पडून राही. अनेक रानवेलींवर डोळ्यांनी चढत राही. त्या वेळी त्याचे डोळे गंगेसारखे वाहत आणि एका अज्ञात रूपसागराला जाऊन मिळू पाहत.

भोवतीने संध्याकाळी झाडी गंभीर, आर्त होऊन अंधारात विरघळून चाललेली त्याच्या दृष्टीस पडे. अशा वेळी कधीकधी लोक त्याच्याभोवती मंदिरात जमत.

त्याला काही उपदेश करण्यास, काहीतरी बोलण्यास सांगत. त्याला ते अशक्य
असे. शब्द किरट्या झुडपांसारखे वाटत. तो म्हणे, "सांगण्यासारखं माझ्याजवळ
काही नाही. आपण गाऊ. तुम्ही पेटी आणा. सनई आणा. बासरी कुणी वाजवीत
असेल तर त्याला आणा. आज चांदणं आहे. आपण नक्षत्रं भरगच्च होईपर्यंत गाऊ."
तो कवीसारखा बोलू लागे.

मिळतील ती वाद्ये लोक उत्साहाने घेऊन येत. तो पेटीवर मंद संथ लयीतील
सूर धरी आणि कृष्णगीते, मीरेच्या विराण्या, ज्ञानदेवाचे व्याकुळ अभंग म्हणे. अश्रू
सांडत सूर ओलेओले करून खोल अंधाऱ्या मनाला शोधत राही. काही गीतांचा अर्थ
लोकांना कळे, काहींचा कळत नसे; पण सारेच त्याच्या सुरांनी तन्मय होत. ...तो
म्हणे, "भाई, आत्म्यापेक्षा सूर खरे असतात."

किती दिवस असा प्रवास चालला होता. तो आता त्याचा उरलाच नव्हता.
पायांना फिरत राहणे एवढे ठाऊक झाले होते. ते त्याला फिरवत नेत. शरीर मनाचा
मेणा होऊन त्याच्या आज्ञेबरहुकूम चालत राही. डोंगर, झाडी, वने, उपवने बघितली
की आर्त होऊन तो त्या घनदाट हिरव्या ब्रह्मात घुसत असे. गेली बावीस-चोवीस
वर्षे हे चाललेले.

दोन महिन्यांनी पुन्हा त्याला वृंदावनातील यमुनेची ओढ लागली. हिमाचल
प्रदेशातून परत फिरावे असे वाटू लागले. कुणालाही न सांगता तो एका पहाटे
जायला निघाला. थकवा आला की तो वृंदावनातील दामोदर मठात यमुनाकाठी
महिना-महिनाभर विश्रांती घेई. कधी लगेच चार आठ दिवसांतच पुन्हा उत्तुंग हिरव्या
प्रवासाला त्याची पावले निघत. सगळे अनिश्चित. पण प्रकृतिरूप प्रेमाचे प्रतीक
असलेल्या यमुनेची ओढ अनावर.

पुनव साधून रात्री तो वृंदावनात आला. कुब्जेसारख्या दिसणाऱ्या त्या वृद्धेकडे
झोपडीत उतरला. त्या वृद्धेचे आणि त्याचे नाते काय होते हे त्यालाही ठाऊक नव्हते
आणि ते वृद्धेला कळत नव्हते. तो आल्यावर तिला हातांनी पदस्पर्श करून, माथा
चरणांवर ठेवून नमस्कार करी. ती वृद्धा त्याला ममतेने जेवू घाली, त्याचे दुखलेखुपले
पाही.

भोजनोत्तर गरमागरम पाण्याने स्नान केले. डोक्यापासून पायांच्या नखापर्यंत
प्रवासी अंग शेकून काढले. रक्त ताजे होऊन तरतरीतपणे अंगभर खेळू लागले.

"माई, यमुनेला भेटून येतो."

"हां." ती फारशी बोलत नसे. ओळखीचा, अनुमतीचा हुंकार देई.

धौत फिकट केशरी वस्त्रे अंगावर धारण करून तो बाहेर पडला. चांदणे अंगावर
घेत जिवाच्या ओढीने यमुनेवर चालला.

त्याला तंद्री लागली. वरती चंद्र-चांदण्यांची कृष्णक्रीडा आणि खाली यमुनेचे

न्हाऊन चकचकीत झालेले निळेभोर राधापाणी उसळत-लहरत वाहत चाललेले. ... आकाश प्रतिबिंबाने सावळ्या-चंदेरी झालेल्या सहस्त्र लहरी हळूहळू मागे जाऊ लागल्या, मागे जाताजाता प्रवाहच मागे वाहू लागला. वेग वाढला. यमुना त्याला घेऊन सहस्त्र वर्षे मागे आली. प्रचंड विश्वचक्र आकाशपाळण्यात घातले नि विरुद्ध दिशेने गरगरले.

पूर्णपुरुष कृष्ण प्रकृतीच्या आधाराने तिच्याच हिरव्या रानात आला. खिल्लारे हंबरत कुरणावर आली. काठ गजबजून गेला. गौळणींबरोबर गोफ गुंफले. रासक्रीडा मांडली. त्या पाण्यात न्हाताना हा पूर्णपुरुष त्यांची वस्त्रे कदंबावर घेऊन गेला. जीवनप्रवाहात नितळ मनाने स्नान करताना त्यांना अनिमिष नेत्रांनी पाहू लागला... स्नाने यमुनेच्या चिरतरुण पाण्याची. युगायुगातून वाहणाऱ्या शाश्वत प्रवाहाची...हा एकच असा पूर्णपुरुष की ज्याने प्रकृती ओळखली. तिच्या विलासाला सत्य मानून क्रीडा मांडली...मीही त्या क्रीडेचेच फलित. रक्तामांसाचे, संवेदणारे चैतन्य. आत्म्याला मूर्तरूप होण्यासाठी देह देणाऱ्या गो-पालक गोपी. युगायुगाची जन्मस्थाने. ... भगवंता, तुला झंकारत राहणाऱ्या या मायावी सतारी नसत्या तर तू मूळस्त्रोताचा सूर कोणत्या तारेवर धरला असतास? तुला या केशसंभारांच्या, स्तनयुग्मांच्या, अंकनितंबांच्या, मातीच्या गोपिका मिळाल्या नसत्या तर हे पुरुषा, तू कुठे रत झाला असतास? कुठे रूपला असतास? आणि आम्हा प्रकृतीच्या बाळांशिवाय त्या तुला कुणी जाणला असता?

चंद्राचा रासविलास आकाशाच्या उतरणीवर विसर्जनासाठी गेला नि तो भानावर आला. वाऱ्याच्या प्रेमळ गार झुळकीने त्याची तंद्री नाहीशी झाली. डोळे पुसत तो उठला आणि उत्तररात्री जडजड होऊन परत आला.

वृंदावन जागे झाले. सोनेरी किरणे झाडाच्या शेंड्यांवर नाचू लागली. यमुनेवर अनेक पोरकी शरीरे स्नानाला चालली. मधूनच कोरड्या हाका मारून कृष्णाला हाकारू लागली. ...तो उठला नि दामोदर मठाकडे गेला.

त्याच्या परिचितांकडून त्याला त्या पत्त्यावर मोजकी पत्रे येत. जन्मस्थानाकडून येत. गेल्या चोवीस वर्षांत जन्मस्थानाकडे तो कधी फिरकला नाही. तरी निष्ठेने थोरला भाऊ त्याला पत्रे पाठवीत असे. दोनचार महिन्यांनी, कधी चारसहा महिन्यांनी एखादे पत्र येई. घरची माहिती असे. प्रथम सहा वर्षे त्याने आपला पत्ता कुणालाच कळवला नव्हता. पण नंतर मनाच्या स्थिर अवस्थेत कळवला. गेली अठरा वर्षे त्यामुळे या पत्त्यावर घरची कोरडी माहिती गोळा होत होती. तीन भावांचे आणि तीन बहिणींचे संसार पत्रांतूनच तो वाढताना विकासताना अनुभवत होता. भावांच्या लग्नांपासून तो त्यांच्या मुलींच्या लग्नांपर्यंतचा विस्तार सगळ्या पत्रांतून पसरलेला.

पण या वेळी आलेले पत्र वेगळे होते. सोशिकपणे आतापर्यंतचे कुटुंबावरचे

आघात सोसत आलेला थोरला भाऊ भावविवश होऊन लिहीत होता. आई आता पूर्णपणे वृद्ध होऊन आसन्नमरण अवस्थेत शेवटच्या घटका मोजत होती. त्याचा ध्यास घेऊन ती जीव डोळ्यांत आणून बसलेली. सत्तर-बाहत्तर वर्षे पूर्ण झालेली. जगण्याची इच्छा आता नव्हती. सगळ्यांचे संसार तिने उमललेले फुललेले पाहिले होते. तिथे ती कृतार्थ होती. त्यालाही तिने समजून घेतले होते. पण गेल्या चोवीस वर्षांत त्याची भेट न झाल्याने तिला तो एकदाच डोळे भरून पाहायचा होता. त्याची पत्रे फक्त येत. त्यावर पत्ता कधीच नसे. ''वृंदावनाच्या दामोदर मठाच्या पत्त्यावर पाठवलेली पत्रे मला मिळण्याची व्यवस्था होईल. मी एका जागी कधी नसतो. पायांची आज्ञा होईल तसा भटकतो, तिकडे जातो. कुणी येऊ नये. भेट होणार नाही. गरज वाटली तरच पत्र यावे. तुमच्या मनास शांतता वाटावी म्हणून हा मार्ग. अन्यथा पत्र पाठविले नसते. मी शांत, निश्चिंत आहे.'' असे त्याचे सांगणे आणि त्याचप्रमाणे तो पत्रे वाचून शांतपणे ठेवूनही देत असे.

पण या वेळी आलेले ते पत्र त्याच्या मनावर ढगांच्या सावलीसारखे पसरले. त्याने ते पुन्हा एकदा नीट वाचले : ...गेली चोवीस वर्षं माझे डोळे तुझ्या वाटेवर आहेत. उघडे, उपाशी. एकदाच फक्त येऊन जा. ते मिटायला मोकळे होतील. माझ्या अस्थी तेवढ्या जाताना गंगायमुनेच्या डोहात विसर्जन करण्यासाठी ने. तुझ्या दैवी पवित्र हातांनीच त्यांना सद्‌गती मिळू दे; माझ्या मनाला त्यामुळे शांती लाभेल.

कधी नव्हे असा घराकडच्या त्या पत्राने तो विचलित झाला. चोवीस वर्षांपूर्वीचे घरातले चेहरे आठवू लागला. ...नुकतेच लग्न झालेला आणि शेतीची सर्व कामे व्यवहारी सावधगिरीने, कर्तेपणाने पाहणारा दादा, बी.ए.ला पहिल्या श्रेणीत उत्तीर्ण झाल्यावरही चाळिशीपाठीमागचे डोळे गंभीर अंतर्मुख ठेवणारा भालचंद्र, नुकतेच लग्न होऊन चारसहा महिने सासरी जाऊन आलेली नि अंगावर तारुण्याची मादक कांती घेऊन जीवनावर खूष झालेली आनंदी सुहासिनी, एस.एस.सी. च्या वर्गात आल्यावर नुकतेच पातळ नेसू लागल्यामुळे स्वभावात फरक पडल्यासारखी वागणारी, खोल गंभीर डोहासारख्या डोळ्यांची सुजाता, आणि दहावीत शिकणारी अवखळ, खोडकर, विनोदी स्वभावाची, सगळ्यांना हसवत सुटणारी शुभा. सगळ्यांशी फटकून वागणारा नि घरात कधीतरीच दिसणारा किंचित तुसडा भास्कर. ...या सर्वांवर गैरनजर करून पुढे निघून गेलेले करड्या स्वभावाचे वडील. नुकतेच केस पिकू लागलेली, सफेद गौरवर्णी, किंचित वाकून चालणारी, नऊवारीत वावरणारी, नि सगळ्यांना आपल्या प्रेमळ अधिकारात ठेवणारी, तरीही कधीकधी मनासारखे न झाल्यास रागवणारी, निग्रही आई आणि तिच्याच स्वभावावर, चेहऱ्यामोहऱ्यावर मी गेलो आहे, असे मला म्हणणारे, पूर्वीच सावधपणे स्वतंत्र झालेले, मूल न होणारे काका. ...दादा आता पन्नाशीला गेला असेल. भालू पंचेचाळीशी ओलांडून आलेला

असणार. भास्कर तिशी-पस्तीशीत. बहिणींचेही तसेच...आणि आई सत्तरीच्या पलीकडे. कशी दिसत असेल ती? केस पांढरेशुभ्र झाले असतील. भरदार, किंचित स्थूल बांधा पूर्वीसारखा राहिला नसेल. सत्तरीचे वय म्हणजे अगदीच वृद्धत्व. किती मुलांना जन्म दिला तिने! तरी सत्तरी ओलांडली. अंग झडून गेलेले असणार. आवाज थरथरता येणारे, तोंडात दात नसलेले शरीर...कशी दिसतेस आई?

विचार आणि कल्पना करूनही त्याच्या मनासमोर आईची वृद्ध मूर्ती उभी राहीना. सगळे चोवीस वर्षापूर्वीचेच आठवू लागले. हा मात्र मोठा होत गेलेला. तत्वज्ञान घेऊन एम.ए. झाल्यावर सरळ घरातून एका सकाळी पुण्यास जाऊन येतो म्हणून बाहेर पडलेला. नंतर परत फिरणे नाही. चोवीस वर्षांपूर्वीचा तो आणि आताचा तो यातील शारीरिक फरक त्याला स्पष्ट आठवत होता. पण इतर जण त्याच्या मनात तसेच होते. बर्फात गोठून ठेवलेल्या इतिहासासारखे.

बाकीची पत्रे पाहून, त्यांना आवश्यक ती उत्तरे लिहून शेवटी त्याने ते पत्र पुन्हा हातात घेतले. पुन्हा वाचले. पत्राला उत्तर काय लिहावे समजेना. त्यात दुसऱ्या कोणत्याच उत्तराची अपेक्षा नव्हती. त्याने यावे एवढीच आईची अंतिम मागणी.

दिवसभराची इतर कामे करून तो आपल्या खोलीत आला. अस्वस्थ मनाने सतरंजीवर अंग टाकून पडून राहिला. आठदहा दिवसांपूर्वी आलेले पत्र. ...आई किती वाट पाहत असेल? माझा मूळ साचा. युगायुगातून चालत येऊन मला रूप देऊन राहिलेला...दादाच्या, भास्कराच्या रूपांनी हा साचा पुढे चालत राहणार नाही. ते दोघेही बाबांच्या रूपाचे वाहक...सुहास आईच्या मुखावर गेला आहे. भालू, शुभा नि मी!... आता माझे काय? मी तर उलट दिशेने पावले टाकतो आहे.

...आत्मघोष! खरा की खोटा, अजूनही काही कळत नाही. तल्लख बुद्धीचे शब्दज्ञान निखळल्यावर प्रकृतीच खरी वाटते आहे. सदैव बोलावते आहे, व्याकुळ करते आहे. पानाफुलांतून, झाडांतून, झऱ्यांतून वाहते आहे. प्रत्यय देते आहे. पायांना तिचीच ओढ. हाडामासांचे हे ब्रह्म. हे हाडमांस आईने दिलेले. ...आईची प्रकृती, तिच्याशिवाय माझ्या अस्तित्वाला विशिष्टता नाही... तुझ्या विशिष्ट रूपालाच तू हाक मारत आहेस; मी येतो आहे आई.

आवश्यक ते धन गाठीशी घेऊन मठाचार्यांची अनुज्ञा घेतल्यावर तो दक्षिणेकडे जायला निघाला. अश्विनाचे दिवस. जगन्मित्र सहस्त्ररश्मी दक्षिणायनस्थ असलेला. हा प्रवास पायी करता येणार नव्हता. ...आठदहा दिवसांपूर्वी आलेले पत्र. काय झाले आहे कुणास ठाऊक? दक्षिणेतून कृष्णसर्पांचे अज्ञात, अदृश्य पाश येत असतील...हे स्वीकारले पाहिजे. हा प्रकृतीचाच धर्म. त्वरेने त्याची पावले मातीवर पडू लागली.

महाराष्ट्रभूमीत एक्स्प्रेस शिरल्यावर माहेरी आल्याचे भास त्याला तीव्रतेने होऊ लागले. मुंबई विद्यापीठाच्या परिसरातील घटना इच्छा नसताना मनावर दाटू लागल्या.

समुद्रात फेकलेल्या भावभऱ्या कवितांच्या वह्या, त्याच्याच किनाऱ्यावर सुषमाच्या सहवासात अनुभवलेले नक्षीदार उत्कट क्षण स्मृतिरूपाने उन्मळून वरती आले. ...सुषमाचा उंचापुरा बांधा, नीटस नाकाची, काळ्याभोर डोळ्यांची, पातळ लालसर ओठांची, फिकट गुलाबी पातळातील हासरी, मोहक मूर्ती त्याच्या मनातून त्याच्यासमोर उगवली. ...त्याने पेंग झटकली. ...आत्मशोधाच्या बौद्धिक विभ्रमात किती विपरीत वागत गेलो!

डोळे उघडून तो बाहेर पाहू लागला. अस्वस्थ होऊन उठला नि लघुशंकेला जाऊन आला. मोठ्या अक्षरांतला, उभ्या दंडांनी वाक्यांना बंदिस्त करणारा जुन्या मराठीतील ग्रंथ त्याने काढला नि वाचण्याचा प्रयत्न करू लागला :

"ॐ नमोजी आद्या। वेदप्रतिपाद्या।
जयजय स्वसंवेद्या। आत्मरूपा।"

मनोभावे पहिली ओवी त्याने शरीरभर झंकारून घेतली. वाचत पुढे चालला... पुढे पुढे. मग वाचनाच्या स्मृती जाग्या होत चालल्या. अनेक वेळा त्याने तो ग्रंथ वाचला होता. पण हिमाचल प्रदेशातील वननिवासात एका मंदिरात स्वत:शीच पंधरा दिवस केलेले निवांत वाचन त्याला विशेष स्मरत होते. त्या वेळी केलेल्या खुणातून तो पुढे सरकू लागला... कौटुंबिक जिव्हाळ्याचे, स्त्रीपुरुषांतील अनेकविध प्रेमाचे; आई-मूल, पति-पत्नी, बाप-मूल, समुद्र, नद्या, ओढे, पाणी, झाडे, फुले सगळ्यांचे समृद्ध दृष्टांत. सगळा प्रकृतीचा प्रेमळ विस्तार ग्रंथविश्व व्यापून राहिलेला. विषय मात्र आत्मशोध!... संतमाऊली ज्ञानदेव विठ्ठलपंतांचा पुत्र शोभतो. विठ्ठलपंत संन्यासातून परत येऊन प्रकृतीच्या प्रेमळ विश्वात, संसारात रमलेले, आत्मवेधी निर्विकार संन्यासापेक्षा पत्नीच्या मायेचा संसार त्यांना खरा वाटला. सुखदु:खाचे मोलाचे अनुभव, हाडामासांचे साकार अस्तित्व भोगून प्रकृतीत विलीन झालेल्या त्या रखुमादेवीवराचा हा पुत्र. विठ्ठलपंतांची संसारी ओढ उदात्त भावनेने ध्यानात घेतघेत ज्ञानदेव मनाने संसारात उतरले. वत्सल होऊन जनसामान्यांचा संसार भोगते झाले. म्हणून तर ते बाप, पती, पत्नी, आई, मूल, नवोढा तरुणी, नदी-समुद्र, वृक्ष-वेली, फुले-भ्रमर यांना समजू शकले...आत्म्याच्या आराधनेसाठी प्रकृतीची विलासिनी पूजा त्यांनी ग्रंथात मांडलेली. चिदाच्या निमित्ताने ते रमले ते प्रकृतिविलासात... ज्ञानदेवा, चिद्विलास हा खरा प्रकृतिवलासच नाही का रे? नुसते चित् हे निर्गुण, निराकार, निर्विकल्प. ते कसे विलास करणार? सगुण, साकार, सविकल्प ती प्रकृतीच. तीच विलासिनी. निर्गुण, निराकार चित्चे मला काय? ते शाश्वत आहेच, पण विश्व हे विश्वरूपाला आले, मी हा मी, रूपाला आलो तो प्रकृतिविलसानेच ना?...भगवंता, तुझी पूजा त्याशिवाय कशी शक्य आहे?...सुषमा!

अनपेक्षित त्याच्या मुखातून उदगार निघाला. आदिदेवतेसारखी ती त्याच्या

अंतःचक्षूसमोर उभी राहिली. ग्रंथ आऽ वासून तसाच पडून राहिला. चेहरा उदासीन होऊन दृष्टी लांबवरच्या डोंगरावर, क्षितिजावर, ढगांवर फिरू लागली.

एस.टी.ने तो जन्मगावी चालला. गावांमागोमाग गावे संथ गिरक्या मारत जाऊ लागली. खडबडीत दगडाधोंड्यांनी भरलेले, झुडपांच्या गर्दीमुळे झिपरे वाटणारे, दऱ्याखोऱ्यातून तांबूळ शेती पसरलेले, कृष्णवर्णी, हरितवर्णी, दूरचे नीलवर्णी, मराठी डोंगर त्याच्या डोळ्यांसमोरून सरकू लागले आणि स्वतःच्या अवयवांतून आपण प्रवास करीत चाललो आहोत असे त्याला वाटू लागले.

अंतर्मुखता विरघळून गेली नि तो बाहेर बघत बसून राहिला. गाडी थांबेल त्या स्टँडवर उतरून अनवाणी फिरू लागला. ओळखीची गावे येतील तसा आईचे भान धूसर होऊन आपल्या गतजीवनातच रमू लागला...इथे आपण आलो होतो. मावशीच्या गावी जाताना आपली गाडी इथे थांबली होती...पण सगळे स्टँड बदलले आहे. पत्र्याच्या छपराचे, ग्रामोफोन असलेले, रंगीत फुरफुऱ्या लावलेले ते हॉटेल इथे दिसत नाही... सिमेंट क्रॉंकीटच्या मद्दड नव्या इमारती पोटात लोखंडी गज घेऊन उभ्या आहेत ...आपल्या बालपणाबरोबरच ते सारे हरवले आहे... आपण तरी कुठे पूर्वीचे राहिलो आहोत? तरी हे गाव आपलेच आहे. पूर्वीचे गाव बदलणारच, स्वातंत्र्य आलेले आहे. बदल झाले तरी गाव आपलेच आहे...बदल झालेला मीही माझाच. ही माझीच भूमी. माझ्या सनातन अवयवांचा विस्तार.

जन्मगावच्या परिसरात बस शिरली नि तो अधिकच विचलित झाला. साधा काळ्या खडीचा मोटार-रस्ता कधीच जाऊन आखीव डांबरी रोड आलेला होता. जुन्या थरावर नवा थर चढलेला.

स्टँड आले नि त्याला चुकल्या चुकल्यासारखे वाटू लागले. नवे स्टँड गावाबाहेर आलेले. तिथे नव्या वळणाची प्रमाणबद्ध खिडक्यादारे असलेली घरे आली होती. रंगीत रंगीत डबे, वस्तू ठेवलेली दुकाने आली होती. स्टँडच्या शेडला फिकट पिवळा रंग दिलेला होता. प्रवाशांसाठी बसायला बाके टाकली होती. कळा पालटून गेलेली. त्याला आनंद झाला. डोळे भरून आले... किती बदललेय, किती बदललेय हे गाव!

तो गावात शिरला. नव्या, अनोळखी घरांच्या मधून चालू लागला. जुन्या मोटारअड्ड्याची जागा आली. तिथला प्रचंड, विस्तीर्ण पिंपळ नि चिंचांची सावलीदार चार झाडे कधीच गेली होती. त्या जागी एका बाजूला एक खिडक्याखिडक्यांची लांबट बैठी इमारत दिसत होती. बहुधा ती शाळा असावी...असू दे, असू दे. हे असेच होणार. जुन्याचे ऊर दुभंगणार; त्यातूनच नवे येणार. हे सोसले पाहिजे. तरीही हे माझेच गाव. माझे जन्मतीर्थ. माझी मूळ माती. नवे रंग, नवे रूप, नवे नाम, असे होणारच!

भिरभिरत्या नजरेने पाहत तो चालू लागला. गल्लीत शिरला. काही घरे पूर्वी होती तशीच दिसत होती. रस्ता सोडला तर फार बदल झाला नव्हता. त्याचे स्वाभाविक मन बालपण स्फुंदू लागले. तोही त्याला स्फुंदू देऊ लागला. ...विष्णू, बाबू, तुकाराम, गुरूनाथ सगळे मित्र आपआपल्या घरातून मनोमन रस्त्यावर येऊन त्याच्याबरोबर खेळू लागले. सनातन क्रीडा चालू झाली. पळापळी, सारीपाट, गोट्या, पत्ते सगळ्यांचा गिल्ला एकदम उडाला. रस्त्यांचे कोपरे, घरांच्या वळचणींच्या सावल्या, गावाच्या मधेच मोकळ्या जागेत वाढलेल्या प्रतीक वडाखालच्या निवांत जागा खेळांनी, गोंगाटांनी भरून गेल्या. नवे पीक उगवून यावे तसे बालपण तरारले नि त्याचा कण न कण हलू लागला. पावले गतिमान झाली. गल्लीतले बरेच लोक त्याच्याकडे पाहत होते, त्याच्या दाढीदार तेजस्वी चेहऱ्यावर दृष्टी खिळवत होते. त्यांच्याकडे त्याचे अवधान नव्हते. घराच्या दिशेने तो वेगाने चालत होता. घरातून त्याच्यात वाहत आलेले रक्त घराकडे ओढ घेत होते.

जुना पूर्वजांचा वाडा पूर्वीसारखाच गुहेसारखा वाटत होता.

"आईऽ." सोप्यातून त्याने गदगदत्या मनावर संयम ठेवत हाक मारली.

"कोण आहे?" कुणीतरी तरुण बाई स्वैपाकघरातून बाहेर आल्या.

"मी गोविंद. गंगाधर, भालचंद्रचा भाऊ. आई कुठे आहे?" शांतपणे त्याने विचारले.

बाई एकदम गोऱ्यामोऱ्या झाल्या. पदर सावरून त्यांनी सांगितले, "पलीकडं आहेत."

त्या जवळ आल्या नि त्यांनी त्याला वाकून नमस्कार केला. "चला."

तो चालला. आतापर्यंत दडपलेल्या नैसर्गिक वृत्ती मनाच्या तळातून उसळून वरती येत होत्या. एक विलक्षण अनोखा अनुभव तो घेत होता. शरीर फुटू चालले होते. थरथर वाढली होती. पूर्वजन्माप्रमाणे काळोख भरलेल्या खोल्यांमागोमाग खोल्या टाकत त्या वडिलार्जित वाड्यात तो एखाद्या जुनाट तळघरात शिरावा तसा अंधाराअंधारात चालला होता... पायांना मात्र सगळे ओळखीचे होते. उंबरे अचूकपणे ओलांडले जात होते.

परसदाराच्या जवळ उजव्या बाजूस असलेल्या, पूर्वेला छोट्याशा खिडकीतून प्रकाशाचा तिरका झरोका येणाऱ्या, बाळंतिणीच्या, भक्कम मूळबीजासारखा वाटणाऱ्या खोलीत तो आला. लाकडी खाटेवर, नीटनेटक्या अंथरुणात, लुकलुकत्या डोळ्यांचा एक क्षीण अस्थिपंजर, डोईवर पांढऱ्याशुभ्र केसांची विस्कटलेली चौरी घेऊन पडला होता. दृष्टी अंतराळात. खूप जुनेजुने शून्यात पाहत बसलेला. निळसर डोळे अधिकच खोल खोल गेलेले.

शांतपणे त्याने हाक मारली.

"आई, मी गोविंदा आलोय." तो मन शांत ठेवण्याचा प्रयत्न करीत होता.

तिला काही कळले नाही. सुनेने तिच्या कानाजवळ तोंड नेऊन मोठ्याने सांगितले, "गोविंदभावोजी आलेयेत."

तिचे किलकिले डोळे फिरले. चादरीखालचे हात चाळवले, तोंडातून हुंकार फिरले. ...त्याचे काळीज हलले नि भान विसरून तो आईवर कोसळला. घट्ट बिलगला. "आई, मी गोविंद. तुला भेटायला आलोय!" लहान मुलासारखा ओक्साबोक्शी बोलू लागला. डोळे भरून वाहू लागले. आईचे क्षीण हात त्याने तोंडावरून फिरवले. ...त्याला खूप खूप कळले. तिच्या छातीवर माथा टेकून तो बालपणीसारखा पडून राहिला. आईला धरून बसला नि जुन्या जन्मीचा काठोकाठ वाहत राहिला. ...माझे साक्षात जन्मस्थान! ...किती लौकर झडून गेलीस आई!

घटकेत वाडा खोलीभोवती जमा झाला. घरात भावांपैकी कुणीही नव्हते. गंगाधर कामे करवून घेण्यासाठी मळ्यावर गेलेला, भालचंद्र ऑफिसातून आला नव्हता. भास्कर जिल्ह्याच्या ठिकाणी नोकरीला. बहिणी आपआपल्या गावी. घरात परक्यांच्या मुली भावांच्या बायका म्हणून आलेल्या. त्यांची नीट ओळख लागत नव्हती...पण मुलांच्या चेहऱ्यांतून ओळखीचे ठसे उमटले होते. गंगाधरचा मुलगा स्पष्टपणे बाळगंगाधर वाटत होता.

रात्री भालचंद्र, गंगाधर यांची भेट झाली. शरीर वितळावे तसे ते एकमेकांना कडकडून भेटले. भास्कर, सुहास, सुजाता, शुभा यांना तारा केल्या नि तिसरे दिवशी पुन्हा आनंद, अश्रू, आठवणी, प्रगाढ कृतार्थता यांचा संमिश्र सोहळा झाला.

आई तरतरीत झाली. तिला उठता येत नव्हते. ऐकायला कमी येत होते. नीट बोलता येत नव्हते. अबोल होऊन शेवटच्या क्षणांची वाट पाहत ती थांबलेली. अनेक वेदना सोसत एकाकी पडलेली. तिला सगळे कळलेले. पण ती आता ताजी, प्रसन्नमुख झाली. मधूनच स्वत:शी खुदूखुदू हसे. सुखाचे उत्कट क्षण मधासारखे चाखी. ...तिचा संपूर्ण वटवृक्ष तिच्यासमोर बहुशाख रूपात सळसळत होता.

दोनतीन दिवस तो तिच्याजवळ संपूर्ण वेळ बसून राहिला. आवश्यक ते बोलला. चारपाच दिवसांनी मग नुसते बसून राहण्यापेक्षा बाहेर थोडे फिरून यावेसे त्याला वाटू लागले.

त्याच्या अभ्यासाची पूर्वीची खोली त्याला मोकळी करून देण्यात आली. पहाटे उठून नदीला जाऊन तो स्नान करून येई. येतायेता अनेक जण भेटत. बोलावले की संसारी मित्रांना त्यांच्या संसारात जाऊन भेटून बोलून येई. वरून तो शांत वाटे, पण आतून बालपणाला भेटून आल्याचा आनंद त्याला होई. तो आनंद आतल्या आतच थुईथुई नाचे. रोज सकाळच्या स्नानानिमित्ताने होणाऱ्या भ्रमंतीत त्याने आपली बालपणीची सर्व स्थाने पाहिली. देवळे पाहिली, माणसे पाहिली. आसपासची राने

पाहिली. नदीत स्नान करताना बालपण पुन्हा एकदा अनुभवले. एखादे सहस्त्ररंगी मोठे विलक्षण माणिक पाहावे तसे त्याचे दिवस चालले.

उत्तररात्रीचा निवांत काळस्रोत वाहत असताना त्याला जाग आली. कुठेच काही आवाज नाही. आई बाळंतिणीच्या खोलीत असल्याची त्याला थंडगार स्मृती झाली. तो गंभीर होत गेला. भूतकालाच्या तळात उतरत उतरत चालला. ...लग्न झाल्यावर तीनच वर्षांनी आईच्या पोटी गंगाधर जन्माला आला. त्या वेळी आईचे बाळंतपण त्याच खोलीत झाले. तेव्हापासून तिच्या नशिबी तिथे पडून राहणे आहे. आम्हा सगळ्यांना जन्म देत तिथे मुंगीराणीसारखी बसलेली. सुजाताच्या वेळी किती त्रास झाला! ह्या माझ्या खोलीत तिच्या किंकाळ्या ऐकू येत होत्या. ...माझ्या जन्माच्या वेळीही त्रास झाल्याचे बोलली होती... सगळ्यांच्या जन्माच्या वेळी बाबा स्थिर, तटस्थ, निर्लेप! जुनाट पुरुषासारखे निर्विकार! वृक्षाला जन्म देताना बीज मधे दुभंगावे, स्वत: टरफल होऊन नि:सत्व व्हावे, तसे आईचे शरीर प्रत्येक बाळंतपणात झाले. ... प्रकृतीचा धर्म राखून तिने वटवृक्ष केला.

...तुझी किती रूपे जन्मली! मी तर तुझ्या मुखातून उतरलेला. पुरुषरूप धारण केलेला मी तूच. तत्त्वज्ञानाच्या गुंतवळीत अडकून उलटापालटा होत राहिलो. जगण्याला लाथाडून बुद्धीच्या भ्रांत व्यूहातील अभिमन्यू झालो. जगाच्या जन्मस्थानाच्या शोधात फसत गेलो. माझ्या जन्मस्थानाचे गूढ मात्र कायम. कधी जाणूनच घेतले नाही. सुजाताला पोटात घेऊन तू पहाटेसारखी गूढ होऊन घरातून हिंडत होतीस. संथ, शांत, समजूतदार लयीत तुझी पावले घरभर पडत होती. किती गूढ वाटत होतीस! गहन, सखोल. पांढराशुभ्र सतेज देह उबार झालेला. चेहरा अधिकच शांत. डोळ्यांत कुठेतरी भविष्याचा अनाकलनीय शोध. गंगोत्री-जमुनोत्रीच्या तीर्थक्षेत्रासारखे पवित्र, हिमशुभ्र तुझे उरोज. नव्या निसर्गासाठी संजीवक धारा वाहू द्यायला उत्सुक. जगदंबा मंदिराच्या दगडी खांबासारख्या भक्कम वाटणाऱ्या तुझ्या मांड्या हळुवारपणे भविष्याला सांभाळण्यासाठी तशाच भरदार झालेल्या.

त्या वेळी तू हिमशिखरासारखी स्वर्गीय, दैवी आणि मायावी वाटत होतीस. माझ्या जन्माच्या वेळी अशीच झाली असशील. ...कशी होतीस तू आई? महामाते, माझे मूळपूर्णत्वे, त्या तेजस्वी अवस्थेत तुला मला संपूर्ण मूळ रूपात पाहायचे होते. पाहून फाटून जायचे होते... तिथेच माझा वेडा शोध पूर्ण झाल्याचा साक्षात्कार झाला असता. तुझ्या पूर्णत्वाच्या ठिकाणी माझे पूर्णत्व जन्माला आले. माझे शुभ्र, हिमधवल प्राकृतिक जन्मस्थान! अजूनही अनिर्वचनीय गूढ राहिलेले...

खिडकीतून त्याला पहाट होत चालल्याची जाणीव झाली. प्रसन्न कोवळा प्रकाश अंधारातून हलकेच निवळत वर येत होता. मंगलवेळा. पृथ्वीवरच्या प्रकाशाची. आकाश, झाडे, वेली, पक्षी, प्राणी जागे होण्याची...

तो उठला. आईच्या खोलीत हळुवार पावलांनी गेला. पूर्वेच्या त्या जुनाट भक्कम खिडकीतून अंधुक प्रकाश आत उतरत होता. त्या प्रकाशाने तिचे अंथरूण उचलून धरल्यासारखे वाटत होते. ती क्षीण होत होत उंच स्वर्गात गेलेल्या हिमालयाच्या शिखराप्रमाणे निश्चेष्ट शांत. डोईवरचे पांढरेशुभ्र केस विसकटून पांढऱ्याशुभ्र गोठलेल्या धारांसारखे पडलेले. दऱ्यांसारखे खोल गेलेले डोळे मिटून मावळलेले. गूढ वाटणारी धारदार नाकाची आडवी गुहा. तिच्या आसपासच्या भागावर पृथ्वीवरील हजारो वर्षांच्या सुरकुत्या साचलेल्या. ...जणू उत्खननात सापडलेला जगदारंभाचा प्रकृतीचा पहिला चेहरा.

त्याच्या हाडामासांचा विचारवंत हात पुढे सरकला. थरथरत्या बोटांनी तिला स्पर्श केला. ...कैलासावरच्या बर्फाहूनही थंड झालेली. तो थरारला. डोळे काहीतरी विपरीत वेधत गेले. काळेभोर केस धारण केलेल्या. तरण्याबांड बंडखोर ऋषीसारख्या दिसणाऱ्या त्याच्या चेहऱ्यावर गुंतवळीसारख्या वेगळ्याच रेषा उमटल्या. डोक्यात काही सळसळले. मन घट्ट करून त्याने हळुवार हातांनी पांघरूण खाली उतरले. ...वस्त्र नव्हतेच. त्या जर्जर अवस्थेत ते अशक्य होते.

...सुरकुत्याच सुरकुत्या. पांढऱ्या कायेवरील युगायुगांच्या गोठलेल्या लाटा. सत्व निघून गेलेले सपाट स्तनावशेष. मांस झडलेल्या हाडापर्यंत गेलेल्या मांड्या. ...हिमालयाच्या पसरत गेलेल्या पांढऱ्या हिमशीत शाखा. मधील गहन काळोख असलेली अनादी, अनंत गुहा. त्या गुहेत एका पुरुषाचा जन्म झालेला. ...आदिपुरुष. प्रकृतीचा पुत्र...गोविंद! गोविंद!

तो गरगरला. युगायुगातून फिरून आला. पृथ्वीवर आपटला.

...उठा, दादा, भालू वहिनी, उठा. जगदंबेला नमस्कार करून आत या. आईला नमस्कार करा...पहाट होत आहे, उठा!

◆

## बहर

**नि**वांतपणे तो टेबलाशेजारच्या खुर्चीत बसलेला. वरती फॅन सुस्त गतीने वेटोळे घेत होता. आज तो थोडासा अंतर्मुख झालेला...बंगल्यासमोरच्या मोकळ्या जागेत आज कुठल्या तरी चिमुकल्या रंगीबेरंगी गवती फुलांचं बी घालायचं ठरवलं होतं. पण त्याच्या बाळबोध, संसारी पत्नीनं त्या जागेत धणं आदल्याच दिवशी घातलं होतं. मंडईत कोथिंबीर अतिशय महाग आहे म्हणून. फुलांचं बी पेरण्याच्या वेळी त्याला ते कळलं. त्यामुळे उद्विग्न झालेला. मग कसली तरी भिंतीजवळची नुकतीच उगवणारी भाजी उपटून त्यानं उद्‌ध्वस्त केली. तिथं फुलाचं बी रुजवलं... असलं काही रुजवताना तो आपलं मनच रूजवत असल्यासारखा वागे. पण त्याच्या या वागण्यानं घरी खूप वाद झाला. तिच्या संसारी, सरळ मनाला त्याची वृत्ती कळत नव्हती. तो चौकटी मोडून झेपावू पाही, नि ती काटकसरी, व्यवहारी वास्तवाला जपे. संसारात यशस्वी होऊन चारजणींसारखी राहून कृतार्थ होऊ पाही.

हे गेली अनेक वर्षं चाललेलं. त्यांच्या मनाभोवतीची पोकळी वाढतच राहिलेली. अनेक वेळा त्याच्या तरल पंखांची पिसं उपटली जात नि त्याला उडता येईनासे होई. वेदनाविद्ध होऊन तो मुकाटपणे ऑफिसला येई. उदासपणे त्याच्या पंख्याखालच्या आरामखुर्चीत पडून राही.

त्याचं डिपार्टमेंट तसं स्टुडिओत मोठं. दोन-तीन स्टाफ आर्टिस्ट, दोन टायपिस्ट, एक क्लार्क नि एक मदतगार स्क्रिप्ट रायटर. एक मोठा हॉलच त्याच्या स्टाफसाठी दिला. त्याला लागूनच त्याच्या ऑफिसची प्रशस्त मोठी, हॉलवजा खोली. हिरवे

पडदे लावून आलिशान केलेली.

काही आर्टिस्ट आणि काही अधिकारी नव्या डिपार्टमेंटसाठी घेतले गेले. त्यातील एकाची बसण्याची व्यवस्था त्याच्या खोलीत नवे टेबल-खुर्ची टाकून करण्यात आली. दोघांमध्ये पडद्याचे पार्टीशन टाकले. त्यानं प्रारंभी अशा नव्या माणसाची व्यवस्था आपल्या खोलीत केल्याबद्दल नाराजी दाखवली. पण इलाज नव्हता. दुसरीकडं जागाच नव्हती.

इंटरव्ह्यू झाले होते. निवडी झाल्या होत्या. आज सगळे ड्यूटीवर येणार होते... खिडकीचा पडदा सारून, व्हरांड्यातून पुढे सरकणाऱ्या आर्टिस्टकडे आणि ऑफिसर्सकडे तो उत्सुक होऊन बघत होता.

प्रसिद्ध साहित्यिक असल्यामुळं कुणी नवागत येऊन त्याच्याशी हस्तांदोलन करी. तो आनंदून जाई. पण कुणाला बोलून दाखवत नसे. त्याला तो पोकळ शिष्टाचार आवडतही नव्हता. तसा तो उत्सवमूर्ती नाही. वरवरच्या झगमगाटाला, देखाव्याला भाळणारा नाही. मनाने आतून तसा सुस्त, स्वत:त दंग असलेला. जगाची फारशी फिकीर नसलेला. आवडेल तेच करणारा.

माणसाची पारख त्याचा छंद. नाना प्रकारची माणसं-सुंदर, कुरूप, क्रूर, हळवी, ढोंगी, प्रांजळ, व्यवहारी, स्वप्नातील अशी अनेक रूपातील. ही माणसं अनुभवताना अलोट अनुभवांचं सोनं मिळे. या सोन्याचे अलंकार त्याच्या साहित्यात असत.

तटस्थ पारख करत त्या दिवशी खुर्चीत सुस्त बसून होता. नवी मंडळी येत होती. तो पाहत होता... त्यात ती आली. हळुवार पावलांनी हातांच्या दोन नाजूक बोटांनी डोक्यावरचा पदर दोन्ही बाजूंनी सावरत. खानदानी रीत सांभाळत. त्याला गूढ ओढ. त्यात पुन्हा तिच्या डोक्यावरचा पदर, त्याच्या मनात आदर नि आकर्षण दोन्ही एकदम निर्माण करून गेला. आदर एवढ्यासाठी की त्यात कुठेतरी नम्रता, शालीनता जाणवली. पदराच्या मेहरपीनं तिच्या नाजूक, सुंदर चेहऱ्याला एक चौकट तयार झाली होती. चेहरा अधिकच शोभून दिसत होता... ती त्याच्याच खोलीमध्ये आली. त्याला नम्रपणे अभिवादन करून आपल्या नेमून दिलेल्या पार्टीशन पलीकडच्या टेबलखुर्चीकडे गेली. तो मनामध्ये अनपेक्षितपणे सुखावला नि औपचारिक ओळख करून घेता घेता फायली चाळू लागला. तिचं हे झालेलं पहिलं दर्शन...एवढी शिकली सवरलेली असूनही हिच्यात एवढे मराठमोळे शिष्टाचार राहिले कसे? पहिल्याच दिवशी त्याला एक कोडे घालून ती बसली.

चार दिवसांत दोघांच्या खुर्च्यांमधील पार्टीशन किंचित पुढं सरकवून दोघांच्यामधे टेलिफोनचं छोटं स्टूल आलं नि पडदा दूर झाला. मधूनमधून तो तिच्याकडं पाहू लागला. तिचं हळुवार हातांनी दोन बोटांच्या नाजूक फटीत काठ धरून पदर पुन: पुन्हा सावरणं म्हणजे त्याच्या दृष्टीला सौंदर्याची पर्वणी वाटू लागली. ते विशिष्ट

क्षण तो तीव्र मनाने टिपू लागला. पदर सावरताना एरवी स्त्रिया मानेला जो विशिष्ट हिसका देतात तसा ती कधीच देत नसे. सगळं कसे हवेत तरळणाऱ्या पिसासारखं अलगद, हळूवार केसही हलू नये इतकं सावकाश.

टेबलाभोवती तिघीचौघींच्या घोळक्यात ती बोलत बसली होती. नाजूक किणकिणत्या जलतरंगासारखा तिचा आवाज त्याच्या कानांवर येत होता. द्रुत गतीतला एखादा राग ऐकावा तसं त्याला वाटलेलं. तो खिळून गेला. तिचा मुक्त शब्दरव प्रथमच ऐकत होता. डोळे समोरच्या फाइलीत सुरक्षित ठेवून आपल्याच कानांत येऊन बसला.

थोडा वेळ ती बसली नि तिघींसह बाहेर निघून गेली. काहीशी मागे रेंगाळत जाताना तरळत-तरंगत मंद चालणं. स्त्रीचं असं मादक चालणं तो प्रथमच अनुभवीत होता. साहित्यात त्यानं अशा चालण्याचे अनेक उल्लेख वाचले होते. हंसगामिनी, गजगामिनी हे शब्द त्याला ठाऊक होते. पण प्रत्यक्ष अनुभव हा त्याला त्यावेळी आला. ती पाठमोरी चालताना पाहून त्याचं मन मादक मदिरा प्यायल्यासारखं होऊन गेलं. मनात ते चालणं ते संगीत शब्द कोरून ठेवत तो एक हिरव्या मुखपृष्ठांचं कवितांचं पुस्तक चाळू लागला. ओठांत कुठल्या तरी भावगीताची ओळ गुणगुणत...चांदणे शिंपीत जाशी चालता तू चंचले...

स्त्रीच्या प्रथम दर्शनानं मोहून जाणं त्याच्या स्वभावात नव्हतं. निदान आजवर तसं झालं नव्हतं. पण त्या दिवशी तसं झालं. तटस्थ सावध मनाला त्याची जाणीव झाली. अहंकार जागा झाला नि त्याच्या साहित्यिक मनानं त्याला ताकीद दिली. मनाचा फुललेला मोहर झटकला नि चार-पाच दिवस तीव्र इच्छा असूनही ऑफिसात फार वेळ न बसता त्यानं रेकॉर्डिंगरूममध्ये, रिहर्सल्समध्ये स्वत:ला कर्मठपणे बांधून घेतलं. पण त्याला न जुमानता ती येऊन त्याच्या मनात बसू लागली. शब्दांचे जलतरंग वाजवू लागली.

तो व्हरांड्यात उभा होता. कुणाशी तरी साहित्यिक गप्पा मारत. रंगून गेलेला. समोरून ती फिकट गुलाबी पातळातून संथगती येत होती. नकळत त्याचे डोळे तिच्याकडं वळले.

ती आली नि त्यांच्या गप्पात तिनं भाग घेतला. तो आश्चर्यानं थक्क झाला. बोलता बोलता त्याच्या लक्षात आलं की तिनं साहित्य खूप वाचलंय. खूप चांगली जाण तिला साहित्याविषयी आहे. बोलण्यात चातुर्य आहे, सूचकपणे मुद्दा सुचवण्याची शहाणी वृत्ती आहे. तो आनंदला...नकळत डोक्यावरचा पदर सावरणारी तिची लकब. त्या लकबीनं त्याला तिच्या चेहऱ्यावर खिळवलं...संगमरवरात कोरल्यासारखं नीट रेखीव नाक, उठावदार नाजूक नाकपुड्या, मागं खेचलेलं रुंद कपाळ, त्यामुळं नाक अधिकच डोळ्यांत भरणारं, स्वच्छ काळेभोर उन्मादक डोळे, त्याला लयदार भिवयांची रेखीव मेहरप. उजव्या गालावर किंचित वरच्या बाजूला समोरून दिसणारा,

जणू दृष्ट लागू नये म्हणून तीट लावल्यासारखा जाणवणारा गोल बारीकसा तीळ. त्यामुळं चेहऱ्याचा नितळपणा अधिकच उठून दिसणारा. घाटदार धनुष्याच्या आकारात दिसणारी मादक जिवणी ...तिला उंची भरपूर. त्या उंचीला बांधेसूद करील असं धट्टंकट्टं जाणवणारं शरीर. भरीव दुहेरी हाडपेर. कशी भरदार दिसत होती. गव्हाळ उजळ तांबूस कांतिमान रंग त्या फिक्या गुलाबी वस्त्रात अधिकच उठून दिसत होता.

गप्पा मारताना तिच्या नादाचं किणकिण सरगम सुरू झालं. काही तरी विनोद झाला नि द्रुतलयीत खळखळून ती हसली. त्याच्या एकदम लक्षात आलं की अरे हिचे दात किती सुंदर आणि रेखीव आहेत. पांढरीशुभ्र लांबट दातांची पंगत. एकही मागे ना पुढे, उंच ना थिटा. तिच्या उंच बांध्याला चिमुकला संवाद साधणारी अशी मोहक दंतपंक्ती.

ती अशी हासली, अशी हासली की त्यानं अनावर नादलुब्ध होऊन तिला विचारलं, "तुम्हाला गाता येतं का?"

क्षणभर ती थांबली. मुग्ध कटाक्ष टाकला. थोडीशी संकोचली. 'नाही' असं अस्फुट बोलत नकळत किंचितशी मान हलवली. "पण मला अनेकांनी विचारलं की गाता येतं का?...का बुवा?" तिनं तरतरीत होऊन जिज्ञासा दाखवली.

जिज्ञासा दाखविण्याचं कारण उघड होतं. तिला माहीतही असणार. पण ती स्वाभाविक मादीसारखी वागली. तोही किंचित पुरुषी मिस्किल हासला. तिथंच संयमला नि उपचाराला शरण गेला. खरं ते बोलला. "तुमचा आवाज गाण्याला अतिशय अनुकूल आहे असं ऐकताना वाटतं."

तिनं किंचित पापण्या हलवल्या. त्याच्याकडं सहज भेदक डोळ्यांनी पाहिलं नि ती अधिकच संकोचली. ओठ विलग न करता स्मितहास्य करू लागली...तो विरघळून गेला.

आता तिथं तिच्या भोवती नेहमी घोळका करणाऱ्या तिघीजणी आल्या. तिला घेऊन महिलांच्या एका कार्यक्रमाचं रेकॉर्डिंग करायला त्यांना जायचं होतं. पण त्याच्याभोवती काहीतरी गद्य बोलत त्या तिथंच घोटाळू लागल्या.

त्याच्यातल्या मनोमनीचा पुरुषी साहित्यिक जागा झाला. स्वत:ची दुर्मिळता, सहज अनुपलब्धता शाबूत ठेवत तो निघून गेला...निघून गेला खरा. पण मनात द्राक्षाचा घड भोगावा तसा तिला आस्वादू लागला...किती नीटस. किती रेखीव. नाक, डोळे, कपाळ, भिवया, जिथल्या तिथं. पुतळा कोरावा तसं...असं कसं हे विधीनं घडवलं? खरं म्हणजे असं सौंदर्य फक्त कथा-कादंबरीतच तरुण नायिकेला असू शकतं. कुणालाही खरं वाटणार नाही इतकी तू सहजपणे रेखीव आहेस. सहजपणे सुंदर आहेस. सहजपणे मादक आणि उन्मादक आहे. स्त्रीचं स्वाभाविक मन तुझ्यात पारदर्शी होऊन जगतं आहे. रसिक पुरुषाला इतकं पुरेसं असतं. इतकी

असूनही तू वास्तव सुंदर आहेस. स्वर्गीय वाटत नाहीस. या मातीचीच आहेस.

दिवसभराची कामं आटपून घरी आला. संध्याकाळ झाली होती. एरवी त्याची यावेळी फिरायला एकटंच बाहेर पडायची सवय, पण आज त्याला घरीच बसून राहावं असं वाटू लागलं. मनाला कसली तरी अनाकलनीय हुरहूर लागून राहिली होती. पुस्तकांच्या वाचनातही लक्ष लागेना.

बागेत आला. फुलझाडांच्या संगतीत वाढणारे भाजी-भोपळ्याचे वेल, मिरचीची लावलेली झाडं. मेथीच्या भाजीचा वाफा, कोथिंबीर उगवणारी चौकोनी जागा बघून त्याचं डोकं पुन्हा संतापलं. पण त्यानं काही केलं नाही. उठून झारी घेतली नि फुलझाडांना पाणी घालू लागला...ते झाल्यावर मग हळुवार पायांनी भिंतीकडेच्या बिया रूजवलेल्या गवती फुलांच्या जागेकडं आला नि तिच्यावर झारीच्या नाजूक धारांनी पाणी शिंपू लागला.

काळोख पडला. भोवतीचं दिसेना. बाहेरचा दिवाही त्याला लावावा असं वाटेना. निमूट पावलांनी तो आपल्या खोलीत गेला नि गादीवर अंधारातच उताणा पडून राहिला. फक्त काळोख.

आत पत्नीचा नि मुलांचा संवाद चाललेला. तो त्याच्या कानावर येऊन आदळत होता. ती खुषीत होती. मुलांशी गप्पा मारत होती. स्वैपाकघरात रमलेली. चरचरीत फोडणी दिल्याचा चर्रर आवाज त्याला अनपेक्षितपणे चिरत गेला...आपण कुठंतरी चिरत चाललो आहो, आपणास कुणीतरी उलथणं तापवून चटके देत आहे असं त्याला वाटू लागलं.

अंधार हटत नव्हता. मन उदास झालेलं. कुणी येऊन दिवाही लावत नव्हतं, का उदास झालास म्हणून विचारतही नव्हतं. त्याचं तिथं कुणी नव्हतंच. जन्मठेपीचा कैदी तुरुंगाच्या कोठडीत पडून राहावा तसा पडून राहिलेला...बरेच दिवसांत हातून काही लेखनही झालं नव्हतं. मनात विषय होते पण लिहायला उत्साह वाटत नव्हता. नेटाने लिहायला बसलं तरी एकदोन पानानंतर लिहिणं कठीण जाई. असं कितीतरी लेखन अर्धवट अवस्थेत, कुचंबत पडलेलं...हे असं का होतेय? मी कोसळत पाताळात चाललो आहे. मला कुणी सावरत नाही, आधार देत नाही. कुणी भरवत नाही. माझी भूक भागवत नाही...

उठून कधीतरी भरून ठेवलेलं टेबलावरचं पाणी प्याला नि पुन्हा पडून राहिला.

"जेवण झालंय. मुलं जेवली. जेवून घेता ना तुम्ही?"

तिनं स्वैपाकघरातून त्याला विचारलं...जेवणापेक्षा कुणी तरी तिथं आत येण्याची आवश्यकता होती. तो लाईट लावण्याची, केवळ तो स्वीच ऑन करण्याची खरी आवश्यकता होती.

पण तो उठला. तसाच विस्कटल्या केसांनी आत गेला नि पोटात पोळी-

भाजीचे, वरणभाताचे गोळे कोंबून खोलीत येऊन पडला.

ती मुलांची आंथरुणं घालून त्यांच्याशी गप्पा करत झोपून गेली. आज तिला बागेतली भाजी करता आली होती. बागेतल्याच कोथिंबीर-मिरचीमुळे भाजी कशी चवदार लागते.' असं काही तरी ती जेवताना बोलत होती. पण तो नुसतं 'हूं हूं' म्हणत घास पोटात ढकलून मोकळा झाला होता.

आताशा तो ऑफिसमध्ये लौकर येत असे. घरापेक्षा ऑफिस बरं वाटत होतं. तिची वाट पाहत आरामखुर्चीत पडून राही. पडता पडता आठवणीत रमून जाई. बारीक सारीक अनेक आठवणी त्याच्या मनाच्या रानावर रंगी-बेरंगी रूपात थव्याथव्याने फिरत असत. दारातून येतानाची तिची चाल, त्यावेळचं स्मितहास्य, कधी आळसून अंग सैल सोडून आरामखुर्चीत पडलेली, कधी वाचनात बुडून गेलेली, कधी किणकिणत्या गोड आवाजात मैत्रिणीशी बोलणारी, कधी शरीरानं उत्साहहीनता दाखविल्यावर प्रकृतीच्या काळजीनं उतरलेली अशा अनेक रूपांतील ती तो बसल्या बसल्या मनाने अनुभवी. त्यातच विरघळून जाई. अनेक वेळा तिनं त्याच्याबरोबर साहित्यिक गप्पा मारल्या होत्या...डोळ्यांतून ती ओसंडे. तिच्या डोळ्यांत खूप काहीतरी गहन-गूढ भरून आहे असं त्याला जाणवे. पण त्या गूढाला हात कसा घालावा, कोणत्या बाजूनं तिथं प्रवेश करावा याचं कोडं त्याला सुटत नसे आणि पुष्कळ गप्पा मारूनही मूळ काहीतरी बोलायचं राहूनच गेलं आहे; असं त्याला वाटे.

आकाशवाणीचा वार्षिक सप्ताह साजरा होत होता. प्रत्येक विभागातर्फे कार्यक्रम सादर केले जात होते. आज संगीताचा कार्यक्रम. सगळे ऑफिसर्स उपस्थित. सगळ्यांचा परिवार आलेला. पण तो एकटाच. तीही एकटीच. का ते कळलं नाही.

रात्रीचे बारा वाजेपर्यंत संगीतानं नादब्रह्म साकार करून सगळ्यांना वेगळ्याच विश्वात नेलं. संवेदनाशील, गानवेडी मनं व्याकुळ, उन्मन झाली. वास्तवाच्या सपाटीवरून निघून उंच उंच जाऊन स्वर्गीय आस्वाद घेऊन आली.

भैरवी झाली. इतका वेळ अवतरलेलं स्वरविश्व अंतर्धान पावलं नि यंत्राचे, जळणाऱ्या पेट्रोलचे, चक्रांचे गद्य आवाज निरनिराळ्या पट्टीत सुरू झाले. माणसं भुईवर चालू लागली. वाहनांसाठी इकडं-तिकडं करू लागली.

त्याला ती दिसली. एकटीच गडबडीत फाटकाबाहेर पडलेली. त्यानं पुढं नेऊन स्कूटर थांबवली.

"कशा जाणार?"

"बघते आता कुठं रिक्षा मिळते का?"

"सोडू का घरापर्यंत?" त्यानं नेहमीच्या थंड, शांत आवाजात विचारलं, ती क्षणभर स्तब्ध झाली.

"तुम्ही एकटेच आहात काय?"

“हो. माझ्याबरोबर दुसरं कोण येणार?”

ती हासली.

“चला तर.”

“बसा.” ती हळूच पाठीमागच्या बाजूला बसली. नि त्यानं स्कूटर चालू केली...

तिला वेग आला. त्यालाही वेग आला. तिचा मृदुस्पर्श त्याला अधून मधून होत होता.

“खांद्यावर हात ठेवायला हरकत नाही.” तिची उडणारी तारांबळ पाहून त्यानं तिला सुचवलं.

“हो ना. मलाही तेच विचारायचं होतं.” तिनं हळुवारपणे आपला हात त्याच्या खांद्यावर ठेवला. मोठा आधार मिळाल्यासारखं वाटलं. तिथल्या तिथंच ती सरकून नीट बसली नि त्याच्या अंगावर तिचे नाजूक पण घनदाट स्पर्श एखाद्या स्फुरणाऱ्या कथेसारखे चढू लागले. अंगावर ते तो उत्कटपणे पांघरून घेऊ लागला.

स्कूटरचा वेग वाढू लागला तशी ती जास्तच बिलगू लागली... खांद्यावरचा हात कमी अधिक घट्ट होई. त्या स्पर्शातून त्याला आणखी काही कळू लागले. खोलवर जाणवू लागले. रात्रीच्या एकांतातून, गल्लीतून जाताना त्याला आणखी हळुवार वाटू लागले.

तिचं घर आलं. त्याच्या वेगाला अपरिहार्य खीळ बसली. ती उतरली. भुईवर आली.

“थँक्स. उद्या पुन्हा भेटू.”

खरं म्हणजे त्या क्षणी त्या दोघांनाही खूपखूप बोलायचं होतं. पण तिचं चार भिंतींचं घर तिच्यासमोर खिडक्या वटारून उभं होतं. त्यालाही त्याची जाणीव झाली होती. म्हणून तो स्कूटरला अचानक गती देऊन घोडेस्वारासारखा पाठीमागं न बघता अंधारात नाहीसा झाला.

त्याला झोप येईना. त्याचं अंग नि अंग तिच्या स्पर्शांना उगवून बसलेलं, मन तेज झालेलं. नुकतीच झोप होऊन तरतरी यावी तसं वाटतेलं. अचानक उत्तर रात्री उठून बसला. स्वैपाकघरात जाऊन स्वत:साठी दोन कप स्ट्राँग चहा केला. जिभेला मजेदार चव देत तो संपवला नि पांढरे शुभ्र कागद घेऊन टेबल लॅम्पच्या वर्तुळाकार स्वप्नील उजेडात हळुवार लिहायला बसला. वरून गंभीर शांत वाटणारं पण आतून सतत रसरसणारं त्याचं मन ख्यालासारखं दाट वाहू लागलं.

पहाटे सहाला लेखन संपलं. अखंड लिहीत होता. किती तरी दिवसांनी असं एकटाकी लेखन झालं. काव्यात्म ललित लेख...कुठे तरी पंधरा वर्षांपूर्वीच्या

महाविद्यालयीन जीवनात घडलेल्या धुंद अनुभवांचा आविष्कार त्यानं केला...आता कसं हे इथं आलं? कोठून आलं? आजच्या संगीताचा हा परिणाम की तिच्या स्पर्शाचा... माणसाचा स्पर्श माणसाला एवढी प्रेरणा देऊ शकतो? त्या स्पर्शाचा नि या अनुभवांचा काय संबंध आहे?...काही कळेना. पण ती सकाळ धुंदीत गेली. समोरच्या खिडकीतून आकाश आणि धरती धुक्यात एक झाली होती. हिरव्यात निळं मिसळलं होतं. कधी नव्हे ते गाणं गुणगुणत त्यानं स्नान केलं. बाळच्या डोक्यावर टपली मारून त्याची गंमत केली. लग्नानंतर पहिली एकदोन वर्ष त्याला असाच लेखनानंतर आनंद होई. मग तो लेखन पत्नीला वाचून दाखवी. आरंभी आरंभी ती उत्सुकतेनं ऐके. मग तांदूळ, भाजी वगैरे निवडत निवडत ऐकू लागली आणि नंतर तर 'तुम्ही वाचा; मी ऐकते आहे,' म्हणून स्वैपाकपाणी करी, मोलकरणीला कामं सांगे, मुलांना कपडे घाली; काजळ पावडर करी. त्यानं तिला वाचून दाखवायचं बंद केलं नि मग लेखन फेअर करून स्वत:शीच वाचू लागला. पुढेपुढे फेअर करून न वाचताच प्रसिद्धीला पाठवू लागला.

आजचा आनंद अगदी पहिल्या वर्षातल्यासारखा होता. तरीही त्यानं ते लेखन कुणाला वाचून दाखवलं नाही. स्नान वगैरे आटोपल्यावर पांढरे स्वच्छ कपडे घालून तो एकटाच टेकडीवर जाऊन फिरून आला...मग पुन्हा लेखनात फार-फेर करत बसला.

दहा वाजले नि संस्करण पूर्ण झाले. जेवण करून ऑफिसात गेला.

दुपारची चारची वेळ. कामं संपली होती. नुकताच चहा झाला होता. आता नवी कामं हातात घ्यायला नको वाटत होतं. दोघे गप्पा मारत होते.

"बऱ्याच दिवसांत आज एक लेखन केलं आहे. वाचून दाखवू का?" बोलता बोलता तो म्हणाला.

"अवश्य...कधी सकाळीच केलंत की काय?"

"छे! रात्रीच. तुम्हाला पोचवून घरी गेलो नि झोपच येईना."

"असं?" ती हासली. तिचं हास्य अनुभवताना त्याला अनेक प्रश्नांची उत्तरं मिळाल्यासारखं वाटलं. तो समाधानानं हासला.

मंद लयीत त्यानं वाचन केलं. आयुष्यातल्या पहिल्या स्त्री-स्पर्शावर त्यानं लिहिलं होतं. जेव्हा त्याला स्पर्शाचा अर्थ कळला, जेव्हा स्पर्शांना तो समृद्ध संवेदनांनी अनुभवू लागला, त्या वयातल्या स्पर्शावर. वाचून दाखवता दाखवता तो मधूनच तिच्याकडं पाही. तिचे अर्थपूर्ण डोळे गहिरे गहिरे बनत जात होते. ती नुसतीच मुग्ध त्याच्याकडं बघत बसली होती. अनेकार्थ सूचक सघन कवितेसारखी दिसली.

वाचन संपलं नि दोघेही शांत बसले. कुणी काही बोललंच नाही. रात्रीचं एक स्पर्श-स्वप्न पुन्हा मनानं अनुभवत दोघं गंभीर झाली.

"छान आहे." थोड्या वेळानं ती बोलली.

"अनेक दिवसांत या लेखनानं मला आज विशेष आनंद दिला."

"असं? मग नेहमीच असं का लिहीत नाही?"

"लिहीन. पण त्यासाठी रोज रात्री माझ्या स्कूटरमागं बसून यावं लागेल."

"रात्री?"

"हो."

दोघंही खळखळून हासली.

सप्ताह झाल्यावर ऑफिसर्स लोकांनी मिळून रात्रीचं जेवण आयोजित केलं होतं. त्या रात्रीही दोघांची अशीच भेट झाली. त्यावेळी स्कूटर थोडी बाजूला गेली. एका झाडाखाली निवांतात थांबली नि दोन सावल्या युगायुगाची चुकलेली वाट एकत्र आल्यासारख्या एकमेकांत विलीन झाल्या. काळोखानं हे गुपित आपल्या उराशी ठेवलं.

तो बहरून गेला.

त्याच्या वागण्यात अंतर्बाह्य बदल झाला. लेखन पूर्वीच्या उत्साहानं पुन्हा रसरसू लागलं. ठाकठीक वागू लागला. आनंदी वाटू लागला. पंख फुटल्यासारखं वावरू लागला.

किती दिवस अर्धवट अवस्थेत पडलेली कादंबरी कपाटातल्या फायलीतून त्यानं शोधून काढली आणि सूर लावून वेड लागल्यासारखा रात्रंदिवस बैठक मारून बसू लागला. सुरूसुरू लेखन होऊ लागलं.

महिन्याभरात ती पूर्ण झाली. एक धुंदी उतरली. तिच्याशी गप्पा मारता मारता, चर्चा करता करता कादंबरीला पूर्ण आकार आला होता. तिला त्यानं वाचायला दिली...

घरी परत आला नि त्याला दिसून आलं की भिंत धरून एका कडेला गवती फुलं फुलून आली आहेत. तिच्या पातळांचे विविध रंग त्यांनी धारण केले आहेत. चहा घेऊन मोठ्या उत्साहानं तो त्यांना झारीनं पाणी शिंपू लागला...तिला कारंजा होऊन भिजवू लागला.

आज ती ऑफिसला आली नव्हती. किरकोळ तापानं आजारी पडली होती. त्याला वाईट वाटलं. नुकतीच तिनं कादंबरी वाचायला सुरुवात केलेली. त्याचा दिवस अतिशय अस्वस्थतेत गेला. एका दिवसाच्या तिच्या रजेनं अस्वस्थ होऊन तिच्या घरी जाणंही त्याला प्रशस्त वाटेना. उद्या तर दुसरा शनिवार, परवा रविवार; म्हणजे तीन दिवस भेट नाही. तो बेचैन झाला.

सोमवारी ती ऑफिसला आली नि त्याच्या हातात तिनं एक मोठं पाकीट सारलं. त्याच्याकडं डोळे भरून पाहिलं. त्यानंही तिच्याकडं पाहत पाहत ते पाकीट फोडलं. उत्सुकतेनं पत्राची घडी उघडली नि तो वाचू लागला. 'प्रिय...' तो 'प्रिय' वाचून त्याचं रक्त आतल्या आत गरम झालं. पुढचा मजकूर त्याच्या कादंबरीविषयी,

त्यातून दिसून येणाऱ्या त्याच्या व्यक्तिमत्त्वाविषयी, त्याच्या जीवनविषयक दृष्टीविषयी, सौंदर्यविषयक जाणिवेविषयी तुडुंब भरला होता... त्यातून तिच्या मनाचा एक गोड गोंधळ दिसत होता. ती कादंबरी तिला आवडली होती; कारण तो तिला आवडत होता. तो तिला अधिक अधिक आवडला कारण त्याची सौंदर्यदृष्टी त्या कादंबरीत व्यक्त होत होती...या सर्वांचा परिणाम त्या उत्कट पत्राच्या मजकुरांवर झाला होता...ते वाचून तो भरून आला. दोघांच्या त्याच विषयावरच्या गप्पा रंगल्या. तिच्या आजारपणाची चौकशी करायची त्यात तो विसरूनच गेला. उलट त्याला मनोमन बरं वाटलं की त्या निमित्तानं तिला तीन दिवस विश्रांती मिळाली नि तिनं त्याची कादंबरी निवांतपणे आस्वाद घेत घेत वाचून काढली. या कल्पनेनं तो मोहरून गेला. पहिले दोन तास त्यावरच गप्पा झाल्या. भोवतालचं सगळं विसरून.

संध्याकाळी परत आल्यावर त्यानं घरातला पोशाख केला नि बागेत आला. भाजी वाढली होती. भोपळ्याच्या वेलावर पांढरी फुलं आली होती. कोपऱ्यावरचा दोडकीचा वेल पिवळीधमक फुलं ताजी ताजी फुलवून बसला होता, वाफ्यात भाज्या उगवलेल्या, हिरव्या झालेल्या. मधूनच त्याची फुलझाडं हिरमुसली होऊन बसलेली. त्यांचा सारा जीवनरस त्या भाज्या नि ते वेल शोषून घेत होते. त्यानं कुणालाही न सांगता सरळ खुरपं हातात घेतलं नि वेल खसाखस कापून गोळा करून एका कोपऱ्यात फेकून दिले. भाजीचे वाफे कुदळीने उकरून टाकले. मिरचीची झाडं उपटून वेलांवर नेऊन टाकली. आणि सरळ एका बाजूनं बाग खणायला प्रारंभ केला.

त्याच्या पत्नीच्या हे लक्षात आलं. धावत धावत ती त्याच्यापाशी आली. ‘‘काय केलं हे? सगळे वेल कापून काढले?’’

‘‘हूं!’’ तो हुंकारला. तिच्याबरोबर त्याला फारसं बोलायला जमत नसे. बोलण्याची इच्छाही नसे.

‘‘हूं!ऽ काय? इतके दिवस उन्हातान्हात खपून मी ते वाढवले. चांगली चार चार दिवसांची भाजी निघत होती.’’

‘‘भाजी दुकानातून, मंडईतून विकत आणायची आता.’’

‘‘पण तुमचं काय बिघडलं होतं? ही भाजी मी करत होते. आणखी पंधरा दिवसांत वेलांवर फळं आली असती ती.’’

‘‘शटऽअप! हा भाजीचा मळा नाही. ही बाग आहे. इथं मी फुलं लावणार!’’ तो एकदम ओरडला.

तीही संतापली होती. तिचे सगळे कष्ट पाण्यात गेले होते.

‘‘काय उपयोग त्या फुलांचा? येतात नि जातात वाळून.’’

‘‘त्यांच्याशी तुझा संबंध नाही.’’

‘‘माझा कुठं आहे संबंध? माझा संबंध ह्या तुम्ही उपटून टाकलेल्या वेलांशी,

झाडांशी होता. का म्हणून तुम्ही ती उपटून टाकली?'' तिच्या संसारी डोळ्यांत पाणी आलं.

तिचा तो अवतार पाहून तो घुसमटला. कुदळ तिथंच टाकून देऊन खोलीत गेला. हातपाय धुऊन टेबलाशेजारी असलेल्या खुर्चीत बसला. मनात आपोआप व्याकुळता आली...आपणाला हे दगडी घर कधी समजून घेणार? उदासवाणा, असहायवाणा झाला. घुमणाऱ्या पारव्यासारखा एकटाच बसून राहिला.

मनाचा हिय्या करून आता तो रोज संध्याकाळी बागेत काम करी. सगळी जमीन खणून सारखी करून त्यानं अनेक प्रकारची फुलझाडं लावली. त्यांच्यासाठी वाफे करून घेतले. कुठंतरी जाऊन देशी खताची एक गाडी आणून बागेत खत एका कोपऱ्यात ठेवून टाकलं. कुंड्यांतून निरनिराळ्या फुलांची, शोभेच्या झाडांची कलमं आणली. त्यांना पाणी घालण्यात, तण काढण्यात, त्यांच्या बुडातली माती उकरून रान मऊ करण्यात, खताचे डोस देण्यात, पानं खुडण्यात त्याचे दिवस जाऊ लागले...आवडलेल्या कथेवर पुन:पुन्हा संस्कार करावेत आणि पुन्हा ती वाचून पाहावी, तसं होऊ लागलं. त्याला तो आत्मविष्कार वाटू लागला.

रोपं वाढतील तसं मन हिरवं होत जाई. एखादं फूल आलं की फुलून येई. निरनिराळ्या प्रकारची पानं-फुलं एकत्र करून तो आता आपल्या खोलीत फ्लॉवरपॉटमध्ये उत्तम रीतीने मांडू लागला...एखाद्या वेळी स्कूटरच्या बॅगेमध्ये फुलं घालून ऑफिसला नेऊ लागला. पोषाखातील डौल अधिकच वाढला होता. रविवारी तो हमखास टेबलाशी बसून सतत काही तरी लिहिताना दिसे.

''तुमच्या घरी बऱ्याच प्रकारची फुलं दिसतात.'' ती कधीतरी फुलं स्वीकारताना म्हणाली.

''आहेत खरी. एकाच प्रकारची फुलं सातत्यानं मला आवडत नाहीत. म्हणून तर मी कथा, कादंबरी, कविता, ललितलेख असं बऱ्याच प्रकारचं लिहितो...तुम्हाला आवडतात ना विविध प्रकारची फुलं?''

''फुलं कोणाला आवडणार नाहीत?... त्यात तुम्ही दिलेली.''

ती अनेक वेळा असं काही बोले की तो संभ्रमात पडे. एखादं वाक्य अगदीच औपचारिक आणि कोरडं असे. लगेच पुढच्या वाक्यात तिच्या भावनोत्कटतेची स्वाभाविक जाणीव होई. ती असं का बोलते? तिला आपल्या विषयी नेमकं प्रेम वाटतं की नुसती ओढ आहे? नुसती आवडही अशा रीतीनं व्यक्त होऊ शकते...नेमकं काही कळत नाही. विषय चांगला सुचूनही नीट लेखन न झालेल्या कथेच्या वेळची अस्वस्थता त्याच्या मनात निर्माण होई.

अंतर्मुख होऊन वाचत बसे. आपल्यावर मनापासून कुणी प्रेमच करत नाही, नीट कुणी समजून घेत नाही याची एक खोल खंत त्याला होती. अधूनमधून ती

उफाळून वर येई नि तो जखमी जनावरासारखा एका बाजूला एकटाच बसून राही...तरीही त्याला तिची ओढ अनावर होती. तिच्या सहवासातील त्याचे क्षण आनंदात जात आणि त्या भरात तो अवखळ, मिस्किल बोलत राही.

दिवस चालले होते. अधूनमधून ती ताप येतो म्हणून एखादा दिवस रजा काढत होती. पुन्हा येऊन गप्पा मारीत काम करत होती. बागेला बहर आला होता. फुलेच फुले झाली होती. अनेक सुंदर रंगांचे नाजूक सुगंधी आकार वाऱ्यावर कवितेसारखे नाचत होते.

"उद्या सुट्टी आहे. उद्या याल का संध्याकाळी आमच्या घरी?" त्यानं विचारलं.

"एकटी?"

"नाही. मिस्टरांना घेऊन या. बाग छानच फुलून आली आहे. मिसेसचीही ओळख होईल. माझा नि तुमच्या मिस्टरांचा परिचय होईल."

"येईन ना. मोकळीच आहे मी. संध्याकाळी सहाच्या सुमारास त्यांना घेऊन... येते."

त्याने आपल्या घराचा नीट पत्ता दिला.

दुसरे दिवशी त्याने सात वाजेपर्यंत वाट पाहिली नि काळोख पडताना तो उदास होऊन खोलीत जाऊन बसला. फुलं अंधारात हळुवारपणे अंतर्धान पावली.

दुसरे दिवशी त्याला एक वाईट गोष्ट कळली. तिला त्या दिवशी पुन्हा ताप भरला होता. तपासणीत असं दिसून आलं की टी.बी.ची लक्षणे असावीत...ती अतिशय खिन्नपणे त्या दिवशी वावरत होती.

मद्रासकडे तिच्या नवऱ्याची अनपेक्षितपणे बदली झाली. तिलाही राजीनामा द्यावयाचाच होता. टी.बी.चं कळल्यापासून कामावरचे तिचे लक्ष उडाले होते. महिनाभरात ती अधिकच सुकून गेली होती. पूर्वीसारख्या उत्साहाने जवळही येत नव्हती. अधूनमधून दीर्घ श्वास टाकत बसून राही. बोले. उत्साह निर्माण करण्याचा प्रयत्न करी.

घरी आल्यावर नियमितपणे तो बागेतही जाईनासा झाला. फुले कोमेजत होती. झाडं, वेली पाण्यावाचून म्लान होत होत्या. कधी तरी मग उसन्या तात्पुरत्या उत्साहानं तो पाणी घाली...पण आता झाडांची उत्साही वाढ खुंटली होती. तण माजत चालले होते. नवी झाडं येईनाशी झाली होती.

ती निघून गेल्यावर दोनतीन महिन्यांत त्यानं तिच्या नवऱ्याच्या नजरेखाली तीन पत्रे प्रकृतीच्या चौकशीसाठी पाठविली. पण एकाचंही उत्तर आलं नाही...तो गंभीर होत गेला. तिचं ऑफिसमध्ये कुणालाच पत्र येत नव्हतं असं त्याला दिसून आलं. तिनापैकी एकालाही उत्तर आलं नव्हतं त्याचं त्याला आश्चर्य वाटलं...काय झालं असेल तिचं? टी.बी. वाढला असेल का? नसेलच? आताशा टी. बी. पूर्ण बरा

करता येतो. त्याची आता पूर्वीइतकी काळजी करण्याचं कारण नाही. मग ती पत्र का पाठवीत नाही? का तिच्या नवऱ्यानं तिला माझी पत्रं दिली नसतील? का उत्तर पाठवायला मनाई केली असेल? आमचे संबंध त्याला कळले तर नसतील?...

व्याकुळ प्रश्नांच्या व्यूहात तो सापडल्यासारखा झाला होता.

बाग पूर्ण सुकून गेली होती. पाणी त्यानंच तोडलं होतं. फुलांचा नि वेलींचा पाचोळा होऊन गेला होता. लेखन पुन्हा फाइलीत जाऊन पडलं होतं. खोलीत रात्री काळोख दिसू लागला होता.

एक दिवस त्याची पत्नी त्याला जेवता जेवता म्हणाली, ''तुमचा फुलांचा उत्साह चार महिने टिकला. आता बाग ओसाडच पडली. धड फुलं नाहीत नि फळंही नाहीत.''

तो काहीच बोलला नाही.

सायंकाळी बागेकडं पाहता पाहता त्याच्या लक्षात आलं की आता इथं फुलं येणार नाहीत. आता मिरची, भोपळे, भेंड्या, वांगी नि कोथिंबीरच येणार. त्यानं तिला हाक मारली.

''एखाद्या रोजगारी माणसाला बोलाव नि बाग साफ करून घे आणि सगळीकडं भाजीपाला लाव. मात्र या बागेकडच्या बाजूची माझी खिडकी आता कुणी उघडायची नाही.'' तो खुरडत पाय ओढत पाठीमागं वळला.

तो आत निघून गेला नि ती कधी नव्हे त्या बंद झालेल्या खिडकीकडं बघत राहिली. कांदा चिरता चिरता हाकेसरशी ती आली होती. फोडणीच्या उग्र वासानं माखलेल्या तिच्या तेलकट हाताला ती उजेडाची वाट आता उघडताही येणं शक्य नव्हतं.

◆

# आदिताल

कुठल्या तरी घनदाट दुर्गम विचारांनी तो आपल्यातच मग्न होऊन गेला होता. जेवण झाल्यावर दुपारी थोडा वेळ पडला.

झोप लागली.

त्या माध्यान्हीच्या प्रकाशात त्याला एक स्वप्न पडलं...आपण असीम आकाशात फेकले गेलो आहोत. गर्भाशयासारखं सभोवार असलेलं आसमंत गुरफटून आपण निळे निळे होत चाललो आहोत. कुठे चाललो आहोत कळत नाही. गतीचा पाळणा अदृश्य लाटांवर आंदोलत आहे. कोणी त्या पाळण्याला अलगद गती देत आहे...शेवटी तो एका निळ्याकाळ्या उंच केंद्रावर गोठल्यासारखा स्थिर झाला. तिथे त्याला हलता येईना, वळता येईना की उठता येईना.

हातपाय, अवयव, अंग, दगडातील मूर्तीसारखे अखंड लोखंड झाले नि त्याची उठण्याची, चालू लागण्याची इच्छा आतल्या आत उसळू लागली. त्याने आक्रोश केला. पण शब्द नाही की प्रतिध्वनी नाही. आतल्या आत त्याची एकाकी तडफड वाढली... मी ओरडतो आहे; मला कुणी ओऽ द्या. मी आत अडकलो आहे, मला बाहेर घ्या. हेऽऽआईऽऽ, ओऽमायेऽऽ

त्याचं रक्त आतल्या आत उसळू लागलं नि शरीराला सूक्ष्म छिद्रं पडू लागली. त्यांतून रक्ताऐवजी काळंभोर गूढ पाणी कारंजू लागलं. थेंबामागोमाग थेंबांच्या धारा. मोकळं गारगार वाटू लागलं. त्याचंच कारंजं त्याच्या अंगावर, कलावंत-निर्मिती स्वत:वरच सांडत राहते, तसं सांडू लागलं...

त्याला जाग आली.

ती तोंड धुऊन आत आली होती. वर पंखा पराकोटीच्या गतीने भिरभिरत होता. नाहीसा झाला होता. ...झोपताना तर आपण पंखा सुरू केला नव्हता. मग?

"पंखा तुम्ही चालू केलात?"

"हां." ती आरशात आपलं रूप पाहत, तोंड पुसत एखाद्या सुजाण सेविकेसारखी म्हणाली.

तो सुस्कारला. गप्प बसला. तिच्याकडे एकटक पाहू लागला. पाण्यात डोकावणाऱ्या नदीकाठच्या समृद्ध सृष्टीसारखी ती दिसत होती.

त्याच्याकडे बघून ती म्हणाली,

"तुमचं अंग घामानं थबथबून गेलंय. तुम्ही मघाशी झोपेत मोठ्ठ्यानं ओरडत होता. मी दचकून उठले नि पाहिलं तर तुम्ही झोपलेले..."

"अस्वस्थ वाटत होतं. विलक्षण स्वप्न पडत होतं. ...मी काय ओरडलो?"

"स्पष्ट ऐकलं नाही. पण आईऽ, माईऽ असं काहीतरी ओरडलात."

"शक्य आहे."

"आईच्या आठवणीचं स्वप्न पडलं?"

"नाही. मला कुठं आहेत आईच्या आठवणी? सगळा मागंपुढं अंधार आहे. आई अंधार, बापही अंधारच...पण आई म्हणून ओरडलो असेन. ...आभाळाचं काहीतरी स्वप्न पडत होतं. चमत्कारिक..."

बेल वाजली.

त्यांचा संवाद तुटला.

तिने दार उघडलं नि चहाचा ट्रे घेऊन पोऱ्या आत आला.

"उठा; चहा घेऊ."

त्याने सहज मनगटाकडे पाहिलं. नाडीवर घड्याळ टकटकत होतं. मुठीत प्राण गोळा करून काळाबरोबर सतत इवली दौड चाललेली. चार वाजले होते. प्रश्नचिन्हासारखा उठून उभा राहिला. ती झोपून टवटवीत झालेली. तोंड धुतल्यामुळे कपाळावरचं कुंकू पुसलेलं. गौर नितळ भरघोस चेहरा. रंगीबेरंगी मोठ्या डिझाईनचं अंगाबरोबर पातळ. नृत्याने शरीर घाटदार, तरी तलम राहिलेलं. सुपीक जमिनीतून वर आलेल्या नारळीच्या नाजूक उद्‌गारवाचकासारखी सतेज देहयष्टी.

चहा घेतला.

केसाचा पसारा मांडून ती आरशात हरवली. तो टागोरांचा काव्यग्रंथ उघडून आत्ममुक्त झाला. कविता वाचता वाचता फुलत-उदासत दूरच्या घनदाट विश्वात चालला.

तिर्ररर किट.

पुन्हा बेल.

तिला भेटायला कुणीतरी स्त्रीपुरुष आले नि खोलीतलं वातावरण त्यांच्या पोकळ बोलांनी नि आवाजांनी थपडू लागलं. काव्यातून मनात आणि मनातून काव्यात विरघळण्याला व्यत्यय येऊ लागला. त्याने तिच्याजवळ संमती मागितली, ''मी थोडा वेळ फिरून येतो. सहासातपर्यंत येईन. चालेल?''

''या.'' ती आलेल्यांच्या स्वागतात रमत चाललेली. तिच्या मन:शक्तीला माहीत होतं, की आताशा त्याला माणसांची उत्सवगर्दी नकोशी वाटते. एकटं एकटं हवंसं वाटतं.

आवाज न करता कुडी सोडून चाललेल्या आत्म्यासारखा तो एकटाच बाहेर पडला.

मनावर रात्रीच्या कार्यक्रमाचा ताण येत चालला. आठदहा महिन्यांनी तिच्या नृत्याला ताल देण्यासाठी तबला, मृदंग घेऊन प्रथमच बसणार होता. मन कितीतरी सखोल जाणकार झालं होतं, तरी ताण होता... काय होणार कोण जाणे? नर्तिकेचा साज करून ती नाचू लागली की मन भडकतं. आग दाही दिशांनी लागते. इंद्रियं उतू जातात. वासना पेटतात. ...त्यांना आता वासना तरी कसं म्हणू? चैतन्यानं आत्म्याला पडणारं उग्र वेटोळं ते. पुन्हा ते विष चढलं तर आता मात्र तिथल्या तिथं प्राण जाईल. कुठल्या आदिगर्भाचा तो आक्रोश हे नीट कळतच नाही. कुठली तरी भ्रूणहत्या मी सतत करीत आलो आहे. तिला हे सगळं सांगितलं पाहिजे. तिनं त्याचा भलताच अर्थ घेतला तर? घेईल; पण काही बोलणार नाही. शहाणी होऊन ओठावर हास्य ठेवून गप्प बसेल. मग माझ्या चिंध्या चिंध्या होतील. मातीच्या घागरीसारखा मी फुटेन. पुन्हा आयुष्यात उभं राहणं अशक्य. ...

...वृक्षावरून तुटलेल्या फळासारखं नियतीच्या होडीत बसून पुन्हा निघून जाणं. नाहीतर कुजणं. मला हे झाडाच्या बुंध्याचं ठणठणीत एकटेपण असह्य झालं आहे. माझ्यावर बहरण्यासाठी ती मला हवी आहे. नृत्याची फुलं घेऊन येणारी ती...

समोरच्या रस्त्याकडेच्या वटवृक्षाकडे पाहून तो थबकला. पानांनी हिरवाचर्र झालेला वृक्ष पाहून लुब्ध चकित झाला. ...फांद्याफांद्यातून दाही दिशांनी झालेला सळसळता आविष्कार. मधे गोठलेला 'धा'. भोवतीनं अगणित पसरलेली 'तिरकीट' अक्षरं. गुच्छातून सळसळणारे बोल. गजबजलेल्या गतींची मांडणी. सगळा वृक्षच एक ताल होऊन उभा राहिलेला. ...कोणता ताल हा? धीऽनगिन धा गिनधा तिरकीट धीनगिनधाऽ...हा धा म्हणजे ॐकारच. आत्म्यानं आकाशावर उठवलेला पहिला

अंगुलिस्पर्श. तिथूनच नादब्रह्माचा आरंभ. शुद्ध नाद-चैतन्याचा तो हुंकार. उग्रतपी भैरवाच्या प्राणतत्त्वाचं अवकाशव्यापी मूळ स्पंदन... आदिमायेचं नृत्यधारी शरीर मागणारं. मायेऽ, या शरीराशिवाय ना गुण, ना ताल, ना आकार.

...तुम्ही दोघे एक झालात. आम्ही तुम्हांला पतिपत्नी म्हणू लागलो. पण ते खरं नाही. आम्ही तुम्हाला आमच्यात पाहिलं. तुमच्यात पाहिलंच नाही. द्वैतातील एकपण हेच तुमचं खरं नातं. त्या नात्यानंच तालाला नृत्य मिळालं नि ही विश्वकला सुरू झाली. सृष्टीचा क्रीडाविहार नामरूपाला आला. आवर्तनात रमला. सोऽहंच्या नादकेंद्रातूनच निर्माण झालेल्या या सृष्टीच्या वलयावर्तनी नाचऱ्या लाटा. ...माये, या नादब्रह्माचाच मी उपासक. माझी ही कलासाधना भौतिकावरची. तिला ना दिव्यत्वाचा स्पर्श, ना गंध. तरी त्या विश्वकलेचा मी पिंडांश आहे; ही माझी कला बीजांश आहे. या बीजाला वृक्षरूप दे. माझ्या ताल-चैतन्यातून तुझी पानं फुलं, फांद्या फळं पसरू देत. एक तालवृक्ष आकाराला येऊ दे...धीऽनगिनधा गिनधा तिरकिट धीन गिनधाऽ... बुंध्यातून वर उसळणाऱ्या फांद्यांकडे पाहत तो कुठले तरी बोल स्वत:शीच मंत्रोच्चारासारखे काढू लागला.

रस्त्याच्या दोन्ही बाजूंनी वटवृक्ष पसरलेले. निरनिराळ्या पैस आकारात उभे राहिलेले, वाकडे, लीन, ताठ. एका पायावरचे. बळकट पाय रोवून बहुपाद झालेले. दोन्ही बाजूंनी समांतर जाणारे. त्याला वाटलं, नृत्याचे अनेक विन्यास एका बाजूला उभे आहेत आणि दुसऱ्या बाजूला त्यांना समांतर नादाचे बोल उभे आहेत. ही रांग, त्या रांगेची नादरूप लयकारी. ...तो भिरभिरत राहिला.

वर्षभरात त्याच्यात किती तरी बदल झाला होता. आठदहा महिन्यांपूर्वीच्या एका सायंकाळी तो असाच सूर्यास्तासारखा नकळत नाहीसा झाला होता. नादविश्वाचा शोध घेण्यासाठी लांब लांब जाऊन आला होता. वणवणता होऊन संन्याशासारखा मठ, मंदिर, संगीतशाळा धुंडून धुंडून नादसाधना करत होता. मृदंगनादाची अनेक दक्षिणी रूपं, अनेक ताल आत्मसात करत हिंडत होता. वेड्यासारखा मृदंग घेऊन डोंगरदऱ्यांत दिवस दिवस जाऊन बसे. नादाचं विश्वं उभं करी. निसर्ग अंगावर घेई. निर्झरांची झुळझुळ, पाखरांचा किलबिलाट, त्यांच्या पंखांची थिरक बोलांत पकडण्याचा प्रयत्न करी. अबोल निसर्गाच्या भावावस्थांची मन मिसळून लयकारी वाजवी. तलावलाटा, सळसळणारी शेतं, देवळांची शिखरं, मंदिरांची प्रमाणबद्ध सौंदर्यरूपं, त्यावर पसरलेल्या देवता लयतालरूप करी नि नादब्रह्मात मग्न होऊन जाई. विविध पाकळ्यांची, विविध रंगाची फुलं निरनिराळ्या चक्रदारांत नादरूपास आणी. ...हा निसर्ग म्हणजे एक गोठलेलं नादतालरूप. एक दिवस ते वितळेल आणि त्या आदिदैवी तालांचा आविष्कार होईल. आपल्या चिमुकल्या नादांनी त्यांना हाक घातली पाहिजे. ...नादांचं प्रचंड विश्व. आसमंतात भरलेला

एक अनंत ताल-दरबार.

निसर्गाच्या सान्निध्यात असला की त्याला असा अनुभव येई. ती एक गूढ साधना वाटे. शेकड्यांनी नवे बोल, नवे मुखडे तयार करी. विविध विचित्र आकृतिबंध रची. नादसमाधीतच भटकत राही. ...मधूनच तिची गूढ आठवण होई.

एका सोमवारी सकाळी पुन्हा तिच्या गोपुरात येऊन उभा राहिला. एखादा ब्रह्मताल मूर्तरूप व्हावा तसा.

"...मी आलो आहे." तो गंभीरपणे धागिनला होता.

ती चकित झाली होती. मान मागे घेऊन, ऐटीत हात जोडून, छाती पुढे घेऊन, डोळे मिटून भरतनाट्यम्चं तिने वंदन केलं होतं. दूर गावी प्रवासाला गेलेल्या वडिलांना पाहून अवखळ लाडकी पोर आनंदित व्हावी तशी ती त्याला दिसली होती. ...किती निरागस, उन्मुख रूप हे! ही नेमकी कोण आहे?...कोणत्या क्षणीची खरी आहे?

डोहासारखा तो आत आला होता. नेहमीपेक्षा अधिकच गूढगंभीर झालेला.

"कुठं होता वर्षभर?"

"असाच भटकत गेलो... नादावलो." पुढे काही बोलला नाही.

आज होणाऱ्या कार्यक्रमाला तिला साथ द्यायची होती. तिचा आनंद आकाशात मावेनासा झाला होता.

षड्जावर येऊन सूर्य मावळला नि त्याच्या लक्षात आलं की, आपण खूप लांब येऊन बसलो आहोत; परत जायला वेळ होईल. उठला नि धूसर गंभीर प्रकाशात चालू लागला... विविध आकार अंधारात विलीन होत चालले होते. जगाला अंतर्मुख करत होते. त्याला एकाकी एकाकी वाटू लागलं.

प्रयोग जाणकारांसाठी होता. मंचामागे नटराजाची पूजा झाली नि तो गुरूमूर्तीला वंदन करून नृत्यभूमीच्या उजव्या बाजूला आला.

भव्य नृत्यमंच. मागे आणि वरती गोलाकार निळाभोर झळझळीत पडदा. खाली हिरव्यागार भूमीसारखा पसरलेला विस्तीर्ण जाजम...वर आकाश नि खाली हरितभूषा पृथ्वी. मंचाच्या चरणापासून वरच्या स्वच्छ आकाशात फेकला जाणारा विद्युतप्रकाश. त्याला दुपारी पडलेल्या स्वप्नांची तीव्र आठवण झाली नि वरच्या ओठावर दोनचार? घर्मबिंदू अलगद साचले. रुमाल तोंडावरून हळुवार फिरवत तो तबला मृदंगाशेजारी जाऊन बसला.

प्रथेनुसार तिनं सर्वांना वंदन केलं नि हिरव्या भूमीतून कर्दळीची लालजर्द कळी वर उसळावी तशी मंचाच्या मधोमध थेट उभी राहिली. त्या स्वच्छ प्रकाशात अधिक उठून दिसू लागली. केतकीची कोवळी दहाही पाती जोडून नमन झालं नि हळूहळू

धिम्या लयीत तनकळी फुलून येऊ लागली. तिच्याकडे पाहत त्याची बोटं वाद्यावर नाचू लागली नि बोल फुटू लागले.

आकाशपोकळीत ती वेलीसारखी बहरत चालली. अंगावरील वस्त्रांतून अनेक मुलायम चुणीदार रंग विलसू लागले. केसांवर, गळ्यात, दंडात, हातात, कमरेला मोहक आकारांचे अनेक अलंकार आणि माळा. मोती, सुवर्ण, मणिमाणकं यांचा लयबद्ध नक्षीदार आविष्कार. कोरून काढलेलं सरळ धारेचं नाक, रेखीव काळेभोर डोळे, रंगभूषेने गुलाबफुलं झालेले गाल नि पाकळ्या झालेले ओठ. केसांतील भरघोस फुलांची वेणी. गडद नक्षीचे नाजूक हात...केशरी नागिणीच्या दोन पातळ लवलवत्या फणा. नखांना राघवाच्या चोची. भर्जरी हिरवी चोळी...वेरूळशिल्पाचे अवयव घेतलेली एक मादक युवती, वसंत ऋतूतील एक समृद्ध सृष्टी.

तिचा वसंत बहरू लागला. त्याचा उग्र अश्वत्थ फुलून येता येता अवकाश व्यापू लागला. आयुष्यभराचा अनुभव घेऊन तो वाजवायला बसला होता...

'वर्णम्' सुरू झालं नि तिचं रूप पालटलं. मोहक ललितेची तेजस्विनी विद्युल्लता झाली. शिवभक्त पार्वतीला ती अंगांगीच्या ललित विभ्रमांतून समूर्त करू लागली. बाण, धनुष्य, दीप, तबक, कमळ, पूजा या सर्वांतून तिचा भावप्रवास चाललेला. तिसरा नेत्र उघडून तो तिच्या पदन्यासांचा वेध घेऊ लागला. त्यांना तळहात दिल्यासारखा ताल घेऊ लागला. नाट्य, ताल आणि भाव एकवटून तिच्या मुद्रांतून, मुखरागांतून, अंग-प्रत्यंगाच्या द्रुतसुंदर हालचालीतून, पायांच्या गोलाकार काललयीतून पिसारू लागले. हास्य, मंद हास्य, क्रोध, व्याकुळता, रुसवा, सुखवा यांच्या सूक्ष्मातिसूक्ष्म छटा मुखावर उमटू लागल्या. हातांची मार्दवशील वळणं पाहता पाहता बदलत नि बहरत जाऊ लागली. सूरतालांचं चैतन्य घेऊन एक एकाकार नृत्यजीव जन्माला येत चाललेला.

'गणेशजन्मा'त पाहता पाहता तिच्या पदाघातांची लय द्रुत झाली नि त्याची समाधी लागली. त्याचं नादब्रह्म कुठे तरी अंतराळात चाललेलं. डोळे झाकले नि त्याने तालमग्न मानेला खाली घातलं. मिटल्या डोळ्यांपुढे ती रंगसिद्धा, रूपसिद्धा, भावसिद्धा भूमीसारखी झाली. मनात तिच्याभोवतीभोर ताल धरून तोच आता नाचू लागला. मुक्त होऊन नुसता नादू लागला. श्वासोच्छ्वासांतही निनादत राहिला.

पराकोटीचा वेग वाढला नि त्याच्या तालावर ती आकाशात नाचू लागली. तो मधूनच जाग आल्यासारखा डोळे उघडी. तिचे पदन्यास, तिचे हावभाव, करविभ्रम, तिचं चैतन्यमय रूप पाही. अधिकच विद्ध उद्ध्वस्त होऊन जाई. पुन्हा मान खाली घालून डोळे मिटून आवर्तनांची गती वाढवी. ही गती लक्षलक्ष वाढवून तिला नादांनी

कवटाळून खाऊन टाकावं, अशा जिद्दीने तो वाजवीत होता. जीव एकवटून गती द्रुत करीत होता. पण मनातील वेग मृदंगात येत नव्हता. तो तडफडत होता. ती निळ्या आभाळात लयमय होऊन विलयाला चालली होती. एका मूळ तत्त्वाचे दोन अर्ध तुटून दोन्हीकडे तडफडत-तडफडत होते. एकमेकांच्या मिलनासाठी जिवाचा आकांत करत होते...

कार्यक्रम संपला नि त्याची समाधी काढून घेतल्यासारखं झालं. तो उदास व्याकुळ झाला. कमालीचा थकला. लोक तिच्या अभिनंदनासाठी, आनंद व्यक्त करण्यासाठी आत येत होते. चितस्वरूपासारखा तो कुणालाही न जाणवणाऱ्या कोपऱ्यात उभा राहून अविचल दृष्टीने तिला वेधत होता. ...तो पूर्वी ज्यासाठी निघून गेला होता तोच तो यज्ञसंभवा पांचालीचा दाहक देह. तीच ती नाट्य, ताल नि राग यांचा एकवटलेला त्रिशूळ धारण करणारी शांभव शक्ती. ...तू झपाटून जातेस. माझ्यासमोर विलासतेस नि मी माझा उरत नाही. तुझ्यात मिसळण्यासाठी प्राण फुटायला लागतात. तुला हे कसं सांगू?... रक्त गरम झालेल्या तोंडावरून हात फिरवत तो बाहेर पडला.

भोजन झालं नि दोघं आपल्या खोलीवर आली.

बराच वेळ झाला होता. तिने आपल्या खोलीतील दिवा मालवला. तिच्या खोलीचं दार अर्धवट झाकलेलं, अर्धवट उघडं. आत अज्ञेय अंधार. त्या फटीतून त्याच्या खोलीतील प्रकाशाचा पाट तिच्या खोलीत शिरत होता.

छताकडे पाहत तो गूढ चिंतनात आपसुख बुडून गेला होता. बऱ्याच वेळाने तो भानावर आला...दिवा मालवला पाहिजे. आज ती खूप थकली आहे. आत शिरणाऱ्या प्रकाशाने तिची झोप चाळवेल. —अंथरुण साफसूफ करून, उशाचा टागोरांचा ग्रंथ स्टुलावर ठेवून, तहानलेल्या जिवाला पाण्याचा अपुरा घोट देऊन त्याने आपला दिवा मालवला. अंथरुणावर पडला.

त्याला खूप खूप वाटलं : कवेत घेऊन तिला कुरवाळावी. जीव भरून खोल खोल अनुभवावी. नाद-नृत्याची शरीरं फुटून वितळून एक होईपर्यंत गाढ अलिंगन द्यावं. पण त्याला ते शक्य नव्हतं. एक नादवेडा म्हणून दक्षिणेतून तो तिच्या दारी आलेला. निर्गुण, निराकार आत्म्यासारखा एकटा. त्याचे मृदंगवादनातील बारकावे ऐकून ती चकित झाली होती. त्याला आश्रय दिला. काही काळ गेल्यावर पुन्हा दक्षिणेत शिक्षण घेण्यासाठी एका प्रसिद्ध पीठात ठेवलं. शिकून परत येऊन कृतज्ञतेने तो तिच्या सेवेत गुंतला. तिच्यामुळे वादक म्हणून त्याला पुनर्जन्म मिळाला होता. तिच्या मायेवर जगून कलावंत बनला होता. तिला 'वसवम्मा' म्हणत होता...सगळं गूढ होतं.

ती रूढ मातृत्वाची भावना मन संभाळू शकत नव्हतं. एका उत्कट नृत्यानंतर

अनावर झालेल्या वासनांच्या ज्वालांनी होरपळताना तो स्वत:ला विझवत बाहेर पडला होता. तोंड घेऊन निघाला होता. ...नको दाखवायला हे वखवखलेले डोळे. इंद्रियेच्छांनी लदबदलेलं अंग. विकारांनी आंधळं झालेलं मन. स्पर्शसुखाला आसुसलेले ओठ नि हे तळवे जाळून टाकले पाहिजेत. —आसमंतात भटकणाऱ्या भ्रमिष्ट पाखरासारखा तो फिरफिर फिरला. हळू हळू नितळ आत्मनिष्ठ झाला नि गंभीरपणे धर्माशी, अध्यात्माशी, नटेश्वराशी मन जोडून श्रद्धेने वाद्यसाधना केली. अध्यात्मस्पर्शाने मन समजून आल्यावर गूढ अनाकलनीय होऊन परतला...

दोन-अडीच तास झाले तरी झोप लागेना. मनासमोर ती मोर होऊन नाचत होती. अस्वस्थ अस्वस्थ होत होतं. उठून दिवा लावला. उशागतीची टागोरांची कविता पुन्हा घेतली नि जागत्या डोळ्यांनी वाचत राहिला....तिच्या खोलीत पुन्हा प्रकाशाचा पाट.

हळूच नकळत तिला जाग आली. कुशीवर वळून डोकं उंचावून तिने पाहिलं. काळोख्या धुनीतील लाल अंगारासारखा तो जागाच. शुभ्र अंथरुणावर पडून वाचत राहिलेला. वाचता वाचताच विचलित मनाने कुठेतरी बघणारा. दीर्घ सुस्कारणारा. पुस्तक बंद करून प्रकाशातच डोळे मिटून झोपण्याचा प्रयत्न करणारा...पुन्हा कवितांत मन रमविण्याचा प्रयत्न चाललेला.

त्याची ती खोल तगमग बघून ती उठून बसली. त्याचं कलाव्याकुळ विलक्षण गूढ मन ती पूर्वीपासून जाणून होती. काहीतरी निश्चय करून ती समजूतदार उठली. जाणीवपूर्वक हास्यमुखी होऊन बाहेरच्या खोलीत आली — सरळ त्याच्या पलंगाकडे.

तो डोळे विस्फारून पाहू लागला. पुस्तक बाजूला ठेवून चटकन उठून बसला.

"झोप लागत नाही?" लहान मुलाला विचारावं तसं तिने विचारलं.

त्याने अवाक होऊन नुसती मान हलवली. पुतळ्यासारखा तिच्याकडे पाहू लागला. ती जवळ येऊन बसली. हळूच त्याचा हात मेंदीच्या कोमल हातात घेतला नि गोंजारू लागली. कधी नव्हे ते त्याचे डोळे अवघड अश्रूंनी भरू लागले. जिवणी थरथरू लागली...

"काय होतंय?"

"रडू येतंय."

"असं का होतंय?"

"काही कळत नाही."

"खरं सांगा. तुम्हांला मला संपूर्णपणे समजून घ्यायचं आहे. काही लपवू नका. मी तुमचीच आहे."

तो अश्रू ढाळीत मुकाच बसला...पाहत.

“सांगा.” तिनं त्याचे दोन्ही दंड धरले. रक्त ज्याच्यावर जगतं असा तिचा ऊबदार सघन स्पर्श त्याला प्रथमच झाला नि पेशीपेशीतून तो स्फुंदू लागला.

“काऽऽय सांगू?...” तो वासरासारखं हंबरला.

तिने त्याला आणखी जवळ घेतलं. तिच्या मांडीवर तो असहाय आडवा पडला नि दोन्ही मांड्यांत तोंड खुपसून रडू लागला. ती रसरसून आली.

“थांबा.” त्याचं शिर हळुवार बाजूला ठेवून ती बाजूला सरकली.

गलित गात्रांनी तो तसाच पालथा पडून राहिला. सगळं अंग घुसळत रडू हुंकारू लागला...प्रकाश संकोचला.

उठून तिने दिवा विझविला नि मनात काही निर्णय घेऊन वेलीसारखी त्याला बिलगली. कुशीत घेऊन त्याच्या डोईवरून हात फिरवू लागली.

तो ऊनऊन होत गेला, घमघमत सुगंधू लागला. आवेगवंत होऊन घट्ट भिडला. केतकीच्या रानात नाहीसा झाला...ती घुमली. तो दिनदिनला. दोघांचा झिम्माझिम्मा झाला...संस्कृतीचा संदर्भ नसलेल्या चैतन्याची फुगडी.

कोवळ्या दुधी पहाटेच्या वेळी काकडून आखडून गेलेलं कोकरू तिच्या कुशीत पडून राहिलं होतं. आईच्या कुशीत अंतर्धान पावून लेकरू झोपावं तसं. आता फक्त तीच उरली होती. त्याच्या अंगावरून हात फिरवून त्याला लेकरूपण देत होती. आर्द्रेच्या भूमीसारखी चेतनगर्भ झाली होती. अंगोपांगातून एक नवं उन्मेषशाली चैतन्य रसरसत होतं.

त्याच्या गाभाऱ्याला बोल फुटले.

“वसू, मी आज या क्षणी परिपूर्ण झालो आहे!”

“आणि मी?”

“खरं???” त्याच्या आश्चर्याची तान.

“हो!!!”

त्याने डोळ्यांची महाद्वारं करून तिला पाहिलं.

“ह्या क्षणीचा मी आहे, तो, तू आहेस म्हणून आहे.”

“आणि मीही, तुझा नाद ताल आहे म्हणून या क्षणीची आहे.”

“माझा ताल या मिलनाशिवाय अपुरा, उपाशी होता.”

“तो अपुरा ठेवून कसं भागेल? माझ्या नृत्याचा तोच एक जीव आहे.”

“आता तू मला अनंत काळ या वत्सल मिठीतून सोडू नको. तिच्यातच मी उदंड आहे. ही मिठी सुटली तर आता मी मरेन माये... तुला कसं सांगू तू माझी कोण आहेस ते? एक गूढ अनामिक विपरीत नातं तुझ्यामाझ्यात आहे. या संसारी जगाला ते कळणार नाही. ते जेव्हा जन्माला आलं त्या वेळी या जगाचा संस्कृतिजन्मही झाला नव्हता.”

"ते विपरीत उत्कट नातं याक्षणी मला कळत चाललं आहे...मी आतून चैतन्याच्या समुद्रभरतीने भिजून चालले आहे." ती प्रसन्न झालेल्या जगदंबेसारखी बोलत होती. तिच्या प्रौढ, समंजस स्पर्शातून त्याच्या अंगावर त्या क्षणी एक गूढ मातृत्व फिरत होतं.

"आपण बाहेर आकाशाखाली फिरून येऊ या?...झाडांच्या सहवासात चार क्षण?" तो.

"नको. बाहेर अंधार आहे. भीती वाटेल."

"कशाची?"

"अंधाराची."

"...आईला भितेस?"

"कोण आई?"

"अंधार. अंधारच आपली आई... तुझी आई, माझी आई. प्रकाश हा तात्पुरता असतो. या विश्वाच्या बाहेर उभं राहून पाहिलंस तर या असीम अंतराळात प्रकाशाचे फक्त पुंजके पसरलेले दिसतील... बाकी सर्व अंधार. अनंताच्या डग्ग्यावर पसरलेली काळीभोर शाई."

"हे असलं कशाला आता बोलता? असल्या बोलण्यानं मनाला उगाच भयाण वाटतं आणि मला असलं काही कळणारही नाही. उद्या प्रकाश येणार आहे या भावनेवरच आपण आपलं जगलेलं बरं."

"ही भाबडी भावना आहे..."

"का बरं?"

"कारण सूर्यप्रकाश हे फक्त पृथ्वीवरचं सत्य आहे—फार तर सूर्यमालेच्या रिंगणातलं म्हणू. हे विश्वसत्य नव्हे. विश्व या सूर्याच्या पलीकडं कितीतरी आहे. तिथं सगळा अंधार आहे तू मी अंधाराचीच बाळं आहोत...मागेपुढे अंधार... 'अंधार माऊली, अंधारची अंत, नको करू खंत, माझ्या जिवा.' —कळलं?"

"काही कळत नाही."

"ठीक आहे. मग बोलत नाही. ...निदान माझं मन तरी तुला कळतं का?"

"ते खूप खूप कळल्यासारखं वाटतं आहे आणि खूप खूप न कळून उरल्यासारखं वाटतं आहे." असं म्हणून तिने त्याला आणखी जवळ कुशीत बिलगवून घेतला.

पृथ्वीवर येणाऱ्या युगारंभीच्या पहिल्या वसंतऋतूच्या पाऊलस्पर्शासारखी ती त्याला भासली. तिचं धडधडतं हृदय त्याच्या कानापाशी होतं...जगाच्या आरंभी सुरू झालेला ताल. काळाला स्पर्श करत सतत युगानुयुगे सनातनपणे चाललेला धिनतिक. या तालातून निर्माण झालेली सृष्टीची लयकारी...त्याला

आदिताल सापडल्यासारखं वाटलं.

...आता तो तिने बाहेर सोडलेले श्वासच आत घेऊन तिच्याशी एकरूप होऊन जगू लागला. मानवनिर्मित नात्याच्या पलीकडे उभं असलेलं एक आदिगूढ प्राकृतिक नातं अनुभवू लागला.

◆

www.ingramcontent.com/pod-product-compliance
Lightning Source LLC
LaVergne TN
LVHW020001230825
819400LV00033B/938